தமிழ்மாமணி

அதிரை அஹ்மத்

அவர்களின்

நினைவுகளுக்கு

கல்லறையை உள்ளிருந்து திறக்க முடியாது

மால்கம்

பாரதி
புத்தகாலயம்

Kalaraiyai Ullirunthu Thirakka Mudiyathu (In Tamil)

Malcom

First Published : December, 2022

Published by

BHARATHI PUTHAKALAYAM

7, Elango Salai, Teynampet, Chennai - 600 018

Email: bharathiputhakalayam@gmail.com | www.thamizhbooks.com

கல்லறையை உள்ளிருந்து திறக்க முடியாது

மால்கம்

முதல் பதிப்பு: டிசம்பர், 2022

வெளியீடு

பாரதி புத்தகாலயம்

7, இளங்கோ சாலை, தேனாம்பேட்டை, சென்னை - 600 018.
தொலைபேசி : 044 24330024, 24330024 விற்பனை: 24332924.

விற்பனை நிலையங்கள்

அருப்புக்கோட்டை: கதவுஎண் 49 A/4 மெயின் ரோடு, தெற்கு தெரு - 9994173551

ஈரோடு: 39: 39 ஸ்டேட் பாங்க் சாலை - 9245448353

கரூர்: நாரத கானசபா அருகில் (TNGEA OFFICE)- 9442706676

காரைக்குடி : 12, 2 வது தெரு, கம்பன் மணிமண்டபம் பின்புறம் - 9443406150

கும்பகோணம்: 352, ரயில் நிலையம் எதிரில் - 9443995061

கோவை: 77, மசக்காளிபாளையம் ரோடு, பீளமேடு - 8903707294

சிதம்பரம்: 22A / 18B தேரடி கடைத் தெரு, கீழவீதி அருகில் - 9994399347

செங்கல்பட்டு: 1 D ஜி.எஸ்.டி சாலை - 044 27426964

சேலம்: 15, வித்யாலயா சாலை சாலை | பாலம் 35, அத்வைத ஆஸ்ரமம் சாலை 0427 2335952

தஞ்சாவூர்: காந்திஜி வணிக வளாகம் காந்திஜி சாலை - 9655542400

திண்டுக்கல்: பேருந்து நிலையம் - 9942331105, 9976053719

திருச்சி: வெண்மணி இல்லம், கரூர் புறவழிச்சாலை - 9994289492

திருநெல்வேலி: 25A, ராஜேந்திரநகர் - 9442149981

திருப்பூர்: 447, அவினாசி சாலை - 9486105018

திருவண்ணாமலை: முத்தம்மாள் நகர்

திருவல்லிக்கேணி: 48, தேரடி தெரு - 9444428358

திருவாரூர்: 35, நேதாஜி சாலை - 9442540543

நாகர்கோவில்: 699 கே.பி.ரோடு R.V.புரம் - 9443450111

நெய்வேலி: பேருந்து நிலையம் அருகில், - 9443659147

பழனி: பேருந்து நிலையம் அருகில் - 9442883696

பாண்டிச்சேரி : கிழக்கு கடற்கரைச்சாலை, இலாசுப்பேட்டை, 9486102777

பெரம்பூர்: 52, கூக்ஸ் ரோடு - 9444373716

மதுரை: 37A, பெரியார் பேருந்து நிலையம் - 045 22324674 & சர்வோதயா மெயின்ரோடு

வடபழனி: பேருந்து நிலையம் எதிரில் அடையார் ஆனந்தபவன் மாடியில் - 9444476967

விருதுநகர்: 131, கச்சேரி சாலை - 0456 2245300

வேலூர்: பேஸ் III, சத்துவாச்சாரி - 9442553893

நினைத்த நூல்கள்... நினைத்த நேரத்தில்... BharathiTV | www.bookday.in

thamizhbooks.com 8778073949

ரூ. 100/-

அச்சு : பிரிண்டெக், சென்னை - 600 018.

குழிக்குள்...

மால்கம்

இயற்பெயர் குதுப். சுருக்கமாக காஜா குதுப்தீன்.

இராமநாதபுரம் மாவட்டம், நம்புதாளை என்ற கடற்கரை கிராமம் சொந்த ஊர். பொறியியல் பட்டயப் படிப்பு முடித்து விட்டு, பதிப்பகம், ஊடகம் என எழுத்துத் துறையில் 15 ஆண்டுகளுக்கும் மேலாக பயணித்து, தற்போது நியூஸ் 7 தமிழ் தொலைக்காட்சியில் Deputy Editor–ஆக பணிபுரிந்து வருகிறார்.

இவரின் முதல் சிறுகதைத் தொகுப்பு இது!

புதுக்குரல்

தோழர் மால்கம் அவர்களின் இந்த எட்டுச் சிறுகதைகள் கொண்ட சிறிய கதைத் தொகுதி நம்பிக்கையளிக்கிறது. புதிய காற்றை சுவாசித்த உணர்வைத் தருகிறது.

கேமரா கண்கள் மற்றும் கல்லறையை உள்ளிருந்து திறக்க முடியாது ஆகிய இரு கதைகளை அறிவியல் புனைகதைகள் என்று சொல்ல முடியாவிட்டாலும் நவீன அறிவியல் தொழில்நுட்பத்தோடு அதிகம் பிணைப்புக் கொண்ட அதீதப் புனைவுகளாக எழுதப்பட்டுள்ளன.

கேமராவின் ஷட்டரைப்போல மூன்று முறை கண் இமைகளை வெட்டி மூடினால், தான் கண்ணால் பார்க்கும் காட்சி தன் செல்போனில் படமாகப் பதிவாகிவிடுவதைக் கண்டுபிடிக்கிறான் வாம்பன் எனும் இளைஞன். திருமணம் செய்துகொண்டால், மனைவியுடன் தனிமையில் இருக்கும் காட்சியெல்லாம் இமைகள் சிமிட்டினாலே பதிவாகிவிடுமே என்கிற அதீத அச்சத்தில் அவன் திருமணமே வேண்டாம் என மறுத்து வருகிறான். ரகசிய காவல்துறைக்கு உதவுகிற அவனுடைய தொழிலுக்கு இந்த அதீத ஆற்றல் துணையாக இருந்தாலும் அந்தரங்க வாழ்வுக்கு பெரும் சிக்கலாக இருக்கிறது. அவனுடைய எதிர்ப்புகளை மீறி அவனுக்குத் திருமணமும் நடந்து விடுகிறது. முதலிரவும் உற்சாகமாக முடிந்தது. அவனும் பலமுறை கண்களைச் சிமிட்டியிருந்தான். அதிகாலையில் அவனுடைய மனைவி அவன் போனை வாங்கிப் பார்க்கிறாள். கண் சிமிட்டியதால் பதிவான படங்கள் எல்லாம் அவளுக்கு வெறும் கறுப்பாகவே தெரிந்தன. தனக்கு மட்டுமே அவை

படங்களாகத் தெரிவதை மனைவி மூலம் கண்டுகொண்டு ஆசுவாசப்படுகிறான்.

தொகுப்பின் தலைப்புக் கதையான 'கல்லறையை உள்ளிருந்து திறக்க முடியாது' கதையின் நாயகன், 'குறிப்பிட்ட வருஷத்தில் நடந்தவை பற்றிய பதிவுகளை எல்லாம் மூளையிலிருந்து அழித்துவிட முடியுமா?' என்கிற கோரிக்கையுடன் மருத்துவரை அணுகுகிறான். சிவா என்கிற பெண்ணுடன் தான் பழகிய நினைவுகளைத்தான் அழிக்க நினைக்கிறான். அதே துறையில் ஆராய்ச்சியில் இருக்கும் டாக்டர் எழிலன் இன்னும் மருத்துவ உலகத்தில் அங்கீகாரம் பெறாத அந்த அறுவை சிகிச்சையை அவனுக்குச் செய்து அவளோடு அவன் பழகிய காலத்தை அழிக்கிறார். ஆனால் கதை அத்தோடு முடியவில்லை. பகலில் வரும் நினைவுகள் மட்டுமே அழிகின்றன. கனவுகளில் பதிந்துவிட்ட அவள் நினைவுகளை அறிவியலால் அழிக்க முடியவில்லை என்று கதை முடிகிறது. மனித மனம் என்னும் இயற்கையின் மீது அறிவியலால் ஊடறுத்துக் குறுக்கீடு செய்ய முடியாது என்று பேசும் கதை. கனவில் அந்தச் சிவா என்னும் பெண்ணோடு வாழ்ந்து பெற்ற ஒரு மகன் தான் மால்கம் என்பது புனைவின் புனைவாக சுவாரஸ்யம் கூட்டுகிறது.

அந்திமத்தேடல் என்கிற ஒரே தலைப்பில் இரண்டு கதைகள் உள்ளன. தன் அந்திமக்காலத்தில் இருக்கும் இஸ்லாமியப் பாட்டி தமிழுக்காகத் தீக்குளித்து இறந்துபோன தன் கணவன் அஜ்மல் மணநாள் அன்று தன்னைப் பார்க்க மிகவும் தாமதமாக வந்து சேர்ந்த துக்கத்தை இன்னொரு புதிய மணமக்களின் சந்திப்பைக் காண்பதன் மூலம் சமாதானப்படுத்திக் கொள்ள ஆசை கொள்கிறாள். ஆனால் அதுவும் நிறைவேறாமல் போகிற சோகத்தை ஒரு கதை பேசுகிறது. இன்னொரு அந்திமத்தேடலில் ஒரு இட்லிப் பொட்டலத்துக்காக ஒரு காக்கையும் 80 வயதுப் பெரியவரும் நடத்தும் போராட்டம் விவரிக்கப்படுகிறது.

யாசகம் கதை ஒரு வர்க்கப் போராட்டக் கதையாக விரிந்து முதலாளி இனாமாகக் கொடுக்கும் நூறு ரூபாயை கடை வாசலில் நிற்கும் பிச்சைக்காரருக்குப் போட்டு எட்டணாவுக்கு

மேல் பிச்சை போடாத முதலாளியை அவமதிக்கும் தொழிலாளியைக் காட்டுகிறது. சுந்தர ராமசாமி அவர்கள் எழுதிய 'பொறுக்கி வர்க்கம்' கதையின் லேசான சாயல் கொண்ட கதை இது. செயற்கையாக தொழிலாளிகளின் போராட்டத்தைக் காட்டி வசனம் பேசாமல் அந்த வாழ்வெல்லைக்குள் என்ன நிகழுமோ அதை மட்டுமே எழுதி ஒரு நம்பகத்தன்மையை உருவாக்குகிறார் எழுத்தாளர்.

பருவகால பக்தி என்கிற கதை இஸ்லாமியர்களின் நோன்பு காலத்தின் மகிமையை விவாதத்துக்கு உள்ளாக்கிப் பேசுகிறது. மதரீதியான விளக்கங்களை வறுமை, பட்டினி என்கிற விளக்குகளின் வெளிச்சத்தில் நமக்குக் காட்டியிருப்பது புதுமை. இரண்டு அந்திமத்தேடல் கதைகள் மற்றும் பருவகால பக்தி ஆகிய மூன்று கதைகளில் இஸ்லாமியப் பின்புலம் இருக்கிறது. ஆனால், மதச்சார்பற்ற நாத்திக நிலைப்பாட்டில் நின்றே அக்கதைகள் பேசுகின்றன என்பது முக்கியமானது. அந்த வகையில் இது முக்கியமான புதுக்குரலாகிறது.

பெண் ஆணைச் சந்தேகிக்கும் பழைய கதையென்றாலும் 'கனவுக்கன்னி' சொல்லப்பட்ட விதத்தால் புதுசாகிவிடுகிறது.

மால்கம் நன்றாகக் கதை சொல்கிறார். புதிய தளங்களில் நின்று பேசுகிறார். வாழ்க்கை பற்றிய அவரது கண்ணோட்டம் முற்போக்கானதாக இருக்கிறது. ஆகவே நம்பிக்கையூட்டுகிறார். இன்னும் புதிய தளங்களில் தன் கதைகளை விரிப்பார் என நம்பிக்கையுடன் காத்திருப்போம்.

தோழமையுடன்

ச. தமிழ்ச்செல்வன்
சிவகாசி – 626 124
05.12.2022

கதைகள் இல்லா நிலம் எதுவும் உங்களுக்கு தெரியுமா?

மனிதன் பிறக்கும் போதே கதையோடுதான் பிறக்கிறான். ஆதி மனிதன் ஆதாம், கதைகளின் பிதாமகன். ஏவாள் கதைகளின் இளவரசி.

ஓருயிர் ஜனிக்கும் போது அந்த உயிர் வழியாக ஆயிரக் கணக்கான கதைகள் பிரசவமாகும்.

இந்தத் தொகுப்பில் உள்ள ஒவ்வொரு கதையிலும் எங்காவது ஓரிடத்தில் நான் நிற்பதாக உணர்கிறேன். ரசனை வேறுபட்டாலும், தெரிவுகளில் சுதந்திரம் இருந்தாலும் 'கதை' எப்போதும் எல்லோருக்கும் 'கதை'தான்.

ஏதோ ஒரு கட்டத்தில் வாழ்க்கையின் மாயப் பிம்பங்களை உடைத்துக் கொண்டு வெளிவரும் போது, நாமும் நம்மையறியாமல் 'கதை'யாகிப் போகிறோம். அண்ட முடியாத இலக்கை கற்பனையாகவே வாழ்ந்து தீர்க்கும் போது கதைக்கு விதையாகிறோம்.

இதையெல்லாம் எதிர்கொள்ளும் ஒருவன், உணரும் ஒருவன், அதனை எழுத்தில் வடிக்கும் போது, அந்த எழுத்துக்களை வாசிக்கும் நாம் "இது நம்ம கதை மாதிரி இருக்கே" என பரவசமடைகிறோம். இந்தத் தொகுப்பில் இருக்கும் கதையை வாசித்து முடிக்கும் போது

கிளர்ந்தெழும் உணர்வு ஏதோ ஒரு வகையில் நம்மை அடையாளப்படுத்தும்.

○ ○ ○

ஊடகப் பணியும் மற்றெல்லா பணிகளையும் போலவே அயர்வுடன் தேக்கங் கொள்ளச் செய்யும் பணிதான். தேங்கிவிடாமல் ஓடிக் கொண்டிருக்க வாசிப்பும் எழுத்துமே உதவுகின்றன, மழையும் நீராவியும் போல... வாசிப்பில் காட்டும் ஆர்வம் எனக்கு எழுத்தில் இருந்ததில்லை.

அவ்வப்போது அதுவும் நீண்ட இடைவெளிக்கு இடையில் எழுதிய சிறுகதைகள் இவை.

இதழ்களில் பிரசுரமாகும் முன்பே சிறுகதைகளை வாசித்து விட்டு, வாசக மனநிலையில் திருத்தம் சொல்லி மெருகேற்றிய சகி சபுர் நிஷாவுக்கு நெஞ்சார்ந்த நன்றி.

நான் ஏதாவது எழுதிக் கொண்டிருப்பேன், ஆனால் என்ன எழுதிக் கொண்டிருக்கிறேன் என்பது தெரியாவிட்டாலும், நான் தொடர்ந்து எழுதுவதை மானசீகமாக ஊக்குவிக்கும் தோழர் தியாகச் செம்மல் (நிர்வாக ஆசிரியர், *நியூஸ் 7 தமிழ்*) அவர்களுக்கும் நன்றி.

சிறுகதைகளை பிரசுரித்த *தினமணி கதிர்*, *புதிய விடியல்*, *வாசகசாலை* இதழ்களுக்கு நன்றி. என்னுடைய எழுத்து முயற்சிக்கு சரியான திசைவழியைக் காட்டும் வகையில் அணிந்துரை நல்கிய தமிழ்நாடு முற்போக்கு எழுத்தாளர் கலைஞர்கள் சங்கத்தின் மாநில செயற்குழு உறுப்பினர் தோழர் தமிழ்ச்செல்வன் அவர்களுக்கும், சிறப்பாக வெளியிட்டிருக்கும் பாரதி புத்தகாலயத்துக்கும் மனமார்ந்த நன்றி.

என் நலனிலும் வளர்ச்சியிலும் எப்போதும் அக்கறை கொண்ட தோழர்களே என்றென்றும் என் அன்புக்குரியவர்கள்.

மால்கம்
writerqutub@gmail.com
+91 95000 75795

யாசகம்

"**யா**ருடா பிராண்டுறது..."

பழக்கமானவர்களில் யாரோ ஒருவர் கால் விரலைச் சுரண்டுவது போல் உணர்ந்த முத்து அங்கும் இங்கும் தேடினான். முகத்தில் துண்டைக் கட்டியிருந்த அவன் சத்தமில்லாமல் அறை முழுவதும் பார்வையைச் செலுத்தினான். வெளிச்சம் ரொம்பவும் குறைவாக இருந்தது.

"ஓ... நீயா..." முத்து அந்தப் பக்கம் திரும்பும் பொழுது, கிரீச்... கிரீச் என்று அவன் திரும்பிய திசையிலிருந்து சத்தம் வந்தது. சடாரென மீண்டும் இந்தப் பக்கம் திரும்பினான்.

"தனியா இருந்த நீ, இப்ப குடும்பத்தோட கும்மாளம் போடுறீயா..." பெரிய உருட்டுக்கட்டையை எடுத்துக் கொண்டு சத்தம் வந்த திசையை நோக்கி ஓடினான்.

"இதுக்கெல்லாம் நீ சரிப்பட்டு வரமாட்டே... ராத்திரிக்கு பொறியில மசால் வடய வச்சு உன்னய பிடிக்கிறேன் பாரு..." புலம்பிக் கொண்டே அருகில் இருந்த மூட்டையின் மீது அமர்ந்தான்.

ஞாயிற்றுக்கிழமைகளில் முத்துவுக்கு இதே வேலைதான்! மிளகாய், மல்லி, சர்க்கரை, அரிசி, பருப்பு, புண்ணாக்கு... இப்படி மளிகை சாமான்களின் நெடி மூக்கை துளைப்பதால் குடோனை சுத்தம் செய்வது என்பது அவனைப் பொறுத்தவரை பாவமான காரியத்தில் ஈடுபடுவது போன்றது.

எண்ணெய்ப் பிசுக்குடன் நாள் கணக்காக சுத்தம் செய்யப்படாமல், கால்களை வைப்பதற்கே அருவருப்பாக உள்ள தரையைப் பெருக்கவது, சிந்தியிருக்கிற மளிகை உதிரி சாமான்களை

எல்லாம் வாரி அள்ளுவது, மூட்டைகளை சரியாக அடுக்குவது, சரக்கு முடிந்த சாக்குப் பைகளை நன்றாக உதறி தனியாக அடுக்கி வைப்பது, மாவுச் சாக்குகளை உதறும் போது தொடர்ச்சியாக தும்மல் போடுவது இத்யாதி... உலகத்திலேயே மோசமான வேலை எதுவென்று முத்துவிடம் கேட்டால் மளிகை கடை குடோனை சுத்தப்படுத்துவதுதான் என்பான்.

ஏதோ மாறுவேடத்தில் செல்லும் திருடன் போல முகமூடி அணிந்து முத்து குடோனுக்குள் நுழைந்து விட்டால், அங்கு குடியிருக்கும் எலிகள் அவனுடன் பேசி மகிழ்ந்து விளையாடும்!

அவனுக்கு பிடிக்காத இந்த வேலையில் எலிகளுடன் பேசுவது மட்டுமே அவனுக்கு பிடித்த விஷயாக இருந்தது. இன்று எலி நண்பர்களில் ஒருவன் முத்துவிடம் அதிக உரிமை எடுத்துக் கொண்டு காலை லேசாக கடித்து விட்டான். அதை அவன் பெரிதுபடுத்தாமல் ‘பொறி வைத்துப் பிடித்து விடுவேன்’ என்று செல்லமாக கடிந்து கொண்டான்.

மளிகை குப்பைகளை அள்ளிக் கொண்டு குடோனுக்கு முன்புறமாக உள்ள கடை வாசலுக்கு வந்தான். வாரத்தில் ஒரு நாள் கடை திறப்பதற்கு இரண்டு மணி நேரம் முன்பாக குடோனுக்கு வந்தாலும் அன்று கடை திறந்தவுடன் மதியம் வரை மளிகை சாமானை பிரிப்பது என்ற பெயரில் சற்று ஓய்வு எடுத்துக் கொள்ள முத்துவுக்கு வாய்ப்பு கிடைத்தது. குடோனை சுத்தம் செய்து பொறுக்கி அள்ளிய மளிகை சாமான்களை பிரித்து அந்தந்த மூட்டைகளில் சேர்த்து விடவேண்டும் என்பது முதலாளியின் கண்டிப்பான உத்தரவு. எந்த குப்பையையும் கடை ஊழியர்கள் யாரும் அவ்வளவு எளிதில் குப்பைத் தொட்டியில் போட முடியாது. ஒரு அரிசியோ, பருப்போ அந்தந்த மூட்டைக்கு சென்று சேர வேண்டும் என்பது அந்தக் கடையில் எழுதப்படாத விதியாக இருந்தது.

‘குப்பையில் போட வேண்டியதை சலித்து காசாக்குகிறானே கஞ்சன்’ என்று ஆரம்ப நாட்களில் உள்ளுக்குள்ளே பொருமிக் கொண்டிருந்த முத்துவுக்கு இப்போது பழகிப் போய்விட்டது.

“ஐயா... பிச்சை போடுங்க ஐயா... கொலந்த பசியால துடிக்குது பிச்சை போடுங்கய்யா...”

உள்ளேயிருந்து ஓடிவந்த முத்து கடை வாசலில் வைக்கப்பட்டிருந்த டப்பாவிலிருந்து சில்லரை காசை எடுத்து பிச்சைக்காரியிடம் கொடுத்தான்.

கோடி கோடியாய்ச் சம்பாதிக்கும் முதலாளிகள் சில சில்லரை காசுகளை பிச்சைகாரர்களுக்கு கொடுப்பதை பெரும் வள்ளல் தன்மையாக விளம்பரப் படுத்திக் கொண்டார்கள். மக்களை ஏமாற்றி சம்பாதிக்கும் இவர்களில் சிலர் பிச்சைகாரர்களுக்கு சில சில்லரைகளை விட்டு எறிவதுதான் இந்தப் பாவங்களுக்கு விமோசனம் என்று நம்பினார்கள்.

தர்மம் தலை காக்கும்...
தக்க சமயத்தில் உயிர்காக்கும்...

பாடல் வரிகள் தாளம் தப்பியவாறு ஒலித்து முத்துவை சுயநினைவுக்கு திருப்பியது. பிச்சை பாத்திரங்களை இசை கருவிகளாக்கி பாட்டு பாடிக் கொண்டே, பஜாரில் வரிசையாக உள்ள பாத்திரக் கடை, கவரிங் கடை, செருப்புக் கடை, துணிக் கடை என ஒவ்வொரு கடையாக யாசகம் கேட்கும் குழுவினர் அவர்கள். ‘ஹெல்ப்’ என்று ஆங்கிலத்தில் எழுதப்பட்ட தொப்பியை அணிந்த ஐந்து பேர் கடை வாசலில் நின்று யாசகம் கேட்டனர். தொழுநோயால் பாதிக்கப்பட்டிருந்த அவர்கள் அனைவருக்குமாகச் சேர்த்து முத்து நிறைய சில்லரைக் காசுகளை கொடுத்தான்.

இந்த வேலையையும் முத்துவே செய்து வந்தான். இப்படி யாசகம் கேட்பவர்களுக்கு சில சில்லரைகளை கொடுப்பது என்பதில் அவனுக்கு உடன்பாடில்லை. குப்பையை காசாக்கும் முதலாளியின் இந்தச் செயலும் அவனுக்கு அறவே பிடிக்கவில்லை. காரணம் புழக்கத்தில் அவ்வளவாக இல்லாத ஐம்பது பைசா காசுதான் கொடுக்க வேண்டும்; அதுவும் ஒருத்தருக்கு ஒரு காசுதான் கொடுக்க வேண்டும்; அதிகமாக கொடுத்துவிடக் கூடாது.

இதற்காக அன்று மாலை பிச்சைகாரர்களிடம், பிச்சையெடுத்த மொத்த சில்லரை காசுகளில் உள்ள ஐம்பது பைசா நாணயங்களை மட்டும் ரூபாயை கொடுத்து மாற்றி வாங்கி வைத்துக் கொள்வார் - அடுத்த வாரம் வாரி வழங்குவதற்காக!

வழக்கம் போல் இன்றும் முத்துவின் எண்ண அலைகள் பலமாக வீசியது. 'இதெல்லாம் யாசகர்களுக்கு போதுமா? கொஞ்சம் கூட்டி குறைந்தது ஒரு ரூபாய் நாணயமாவது போடலாம்...' இதை முதலாளியிடம் சொல்ல அவனுக்கு ஆசைதான், சொல்ல முடியுமா? சொன்னால்தான் அவர் கேட்பாரா? 'கடுமையாக உழைக்கும் நமக்கே அவர் ஒழுங்காக சம்பளம் கொடுப்பது கிடையாது... இவராவது...' சிந்தித்துக் கொண்டே குப்பையை கிளறிக் கொண்டிருந்தான்.

டப டப... டப... டப...

யோசனையில் இருந்த முத்து சுயநினைவுக்கு திரும்பி அனிச்சையாக 'வானா முனா பராக்' என்று கடை வாசலில் நின்று கொண்டிருந்தவனுக்கு மட்டும் கேட்குமாறு குரல் கொடுத்தான்.

டப டப... டப... டப... சத்தம் அதிர்ந்து ஓய்ந்தது. வானா முனா பராக்... இது கடை வாசலில் நின்று கொண்டிருந்தவனின் குரல். முதலாளி வரும் வரை கல்லாப்பெட்டியில் உட்கார்ந்திருக்கும் கணக்குப் பிள்ளை அந்தக் குரலை வாங்கி, 'வானா முனா பராக்' என்று எதிரொலித்தார். தராசுக்கு அருகில் நின்றிருந்த ஊழியர் மீண்டும் 'வானா முனா பராக்' என்று வழிமொழிய... இப்படியாக கடையின் உள்ளிருக்கும் கடைசி ஊழியர் வரை இந்த முழக்கம் முழங்கப்பட்டதுடன், அனைவரும் அலர்ட் ஆனார்கள்.

சமூகத்தில் பெரும்பாலும் புல்லட் வண்டி வைத்திருப்பவர்கள் போல ஆஜானுபாகுவான தோற்றம், வீரப்பன் போல முறுக்கு மீசை, போலீஸ் அதிகாரி போல ஹேர் கட்டிங், அரசியல்வாதி போல செயின், பிரேஸ்லெட் சகிதம் என்று எதுவுமே இல்லாமல், காமெடி நடிகர் வடிவேலு ஒரு திரைப்படத்தில் வருவது போல தோற்றத்தில் சங்கரலிங்கம் இருப்பார்.

சாமி கும்பிட்டு விட்டு கல்லாவில் உட்கார்ந்த பின்தான் அர்ச்சனையை ஆரம்பிப்பார் சங்கரலிங்கம். கடையில் உள்ள ஒவ்வொரு ஊழியராக பெயர் சொல்லி கூப்பிட்டு ஏதாவது குற்றம் குறை சொல்லி அர்ச்சனை செய்தால்தான் அவருக்கு திருப்தி. அன்று ஒரு நாள் அப்படித்தான், உடம்பு சரியில்லை

என்று அவர் கடைக்கு வரவில்லை. ஆனால் வீட்டிலிருந்து கடைக்கு போன் செய்து அர்ச்சனையை முடித்துக்கொண்டார்.

“ஏலே, பாண்டி எங்கள...” வரிசையாக திட்டிக் கொண்டு வரும்போது...

“அண்ணாச்சி அவனுக்கு உடம்பு சரியில்லையாம், ரூம்ல படுத்திருக்கான்...”

“என்னால அவனுக்கு...”

“ஏதோ கால்ல கட்டி கிளம்பியிருக்காம், கடையில நிக்க முடியாதாம்... அதான் உங்ககிட்ட லீவு சொல்லச் சொன்னான்”

“அவர் கலெக்டர் உத்தியோகம் பாக்குறாராக்கும் லீவு கொடுக்குறதுக்கு... நல்லா சட்டி சோத்த தின்னுப்புட்டு உறங்குறாகளோ தொர...”

“கட்டியிலேந்து சீழ் வடியிறதால நோவு ஜாஸ்தியா இருக்காம், அதான் வரலையாம்...”

பாண்டியைப் பற்றி கேட்ட கேள்விகளுக்கு முத்து பதில் கொடுக்க ஒவ்வொரு முறை முயலும் போதும், கடலை தனது சக ஊழியனுக்காக முதலாளியிடம் விடாப்பிடியாக வாதாடினான்.

சென்னையில் ஆள் கிடைப்பதா பஞ்சம்? ஏதாவது வேலை கிடைத்தால் போதும் என்று கிராமத்திலிருந்து வரக்கூடிய படிக்காத இளைஞர்கள் ஆயிரக்கணக்கில் இருக்கும் போது சங்கரலிங்கங்களுக்கு என்ன கவலை? ஒரு பத்துக்கு பத்து அறையைப் பிடித்து, ஒரு சமையல்காரனை சமைத்துப் போட வைத்து குறைந்த சம்பளம் கொடுத்தால் போதும்... இப்படித்தான் சங்கரலிங்கம் பணக்காரரானார்.

“ஏலே, என்ன கொழுப்பு ஜாஸ்தியாயிடுச்சா உனக்கு... எதித்து எதித்து பேசிக்கிட்டுருக்க... அவன் வரலையாம்... நீங்க வக்காலத்து வாங்குறீயலோ... சம்பளம் வாங்குறதுக்கு முன்னாடி கடன் கேட்க தெரியுதில்ல... வக்கனையா திங்க தெரியிதில்ல... உழைக்கனும்டா...”

“என்னங்க நீங்கபாட்டு பேசிட்டே போறீங்க... டாக்டர்ட்ட போறதுக்கும் காசு தரமாட்டீங்க... முடியாம இருக்கான் அதான் வரலைன்னு சொன்னா, நீங்க என்னன்னமோ பேசுறீங்க...” கடலை வெடித்து விட்டான்.

கடை வாசலில் நின்று கொண்டிருந்த முத்துவும் மற்ற கடை ஊழியர்களும் கடலை கந்தசாமி பக்கத்தில் வந்து நின்றனர். நிலைமை மோசமாகி முதலாளிக்கும் ஊழியர்களுக்கும் கைகலப்பு உருவாக இருந்தது. சங்கரலிங்கம் எல்லோரையும் உற்றுப்பார்த்தார். விறுவிறுவென்று கல்லாவிலிருந்து இறங்கிய அவர், எதிரில் உள்ள கீதா கஃபே ஹோட்டலுக்கு காலை சிற்றுண்டி சாப்பிட சென்றார்.

முன்பொருமுறை இதே போல் உரசல் முற்றி ஊழியர்கள் சங்கரலிங்கத்தை கொலை வெறியோடு தாக்க, பக்கத்து கடைக்காரர்கள் வந்து சண்டையை விலக்குமளவுக்கு போய்விட்டது. அதற்குப் பிறகு இப்படி சண்டை ஏற்பட்டால் சங்கரலிங்கம் சொல்லாமல் கொள்ளாமல் கிளம்பிவிடுவார். இதை முத்துவும் கடலையும் பஜாரில் உள்ளவர்கள் சொல்லக் கேட்டிருந்தனர்.

“ஓ...ஹோ”

முத்துவும் கடலையும் தங்களது கைகளை மாறி மாறி தட்டிக் கொள்ள, எல்லோரும் ‘ஓ’ போட்டனர். இதைக் கேட்டு கோபமடைந்த சங்கரலிங்கம், தனது காதில் விழாத மாதிரி ஹோட்டலுக்குள் நுழைந்தார்.

“மாப்ள, இப்ப வானா முனா வந்து என்ன பன்னுவார் தெரியுமா?” கடலைகந்தசாமி கேட்டான்.

“என்ன பன்னுவார், எல்லோருக்கும் கீதா கஃபேயில சூடா காப்பி வாங்கி கொடுத்து நம்மள கூல் பன்னுவாரு” முத்துவிடம் பதிலை எதிர்பார்த்த அவனுக்கு கடை உள்ளேயிருந்து பதில் வந்தது.

“சண்டை நடந்தா இதத்தான அவரு வழக்கமா பன்னுவாரு”

“இல்ல முத்து, இப்ப வந்து உன்னய பயங்கரமா கவனிப்பாரு பாரு...”

“பயங்கரமானா...” முத்து தயங்கிவாறே கேட்டான்.

“அவர் வீடு காலி பண்றதுக்கு நீதான் எல்லா சாமானையும் புது வீட்டுக்கு கொண்டு போய் சேர்த்தல்ல... டெம்போ கூட பிடிக்காம மீன்பாடி வண்டியிலேயே கொண்டு போனல்ல... ”

“அதுக்கு...”

“மூணாவது மாடியிலர்ந்து இறக்கி புது வீட்டு ரெண்டாவது மாடிக்கு ஏத்தி... கூலிக்கு ஆள் வச்சா கூட நாலாயிரம் செலவாயிருக்கும், நம்மாளு உனக்கு அவ்வளவு தரமாட்டாரு... ரெண்டாயிரமாவது கொடுப்பாரு...”

முத்துவின் முகத்தில் திடீர் வெளிச்சம் ஏற்பட்டது. இரண்டாயிரம் ரூபாய் என்றால் இந்த மாதம் எவ்வளவு வசதியா இருக்கும்...! முதலாளியின் வீடு மாத்தறதுக்கு கஷ்டப்பட்டு உழைச்சது எல்லாம் அவனுக்கு சுகமாகப்பட்டது. இரண்டாயிரம் ரூபாயில் வீட்டுக்கு எவ்வளவு அனுப்பலாம்... அம்மாவின் மருத்துவ செலவு, தங்கையின் படிப்பு... அய்யய்யோ இத மறந்துட்டோமே... கணுக்கால் அளவுக்கு மேல் சின்னதாகிப் போன ஆறேழு வருஷத்துக்கு முன்னாடி எடுத்த பேண்ட்டுக்கு பதிலா புதுசா ஒரு பேண்ட்டு வாங்கணும்... இந்த வாரம் சினிமாவுக்கு போகணும்... முத்து விதவிதமாக கனவுகான ஆரம்பித்தான்.

“என்ன முத்து வீட்டு வேல எல்லாம் முடிஞ்சதில்ல...” முதலாளி கல்லாவில் வந்து அமர்ந்தது கூட தெரியாமல் முத்து கனவில் மிதந்தான்.

“ஆ... முடிஞ்சது அண்ணாச்சி”

“இந்தா... இத வச்சுக்க...”

கல்லாவிலிருந்து பணத்தை எடுத்தார் சங்கரலிங்கம். முத்துவுக்கு மகிழ்ச்சி தாங்கவில்லை. இருப்பு கொள்ளாமல் கல்லாப்பெட்டி அருகில் போய் நின்றான். மற்ற கடை ஊழியர்களை திரும்பிப்

பார்த்து ஏதோ பெரிதாக சாதித்து விட்டதைப் போல புன்னகைத்தான். மற்றவர்களும் லேசாக சிரித்தனர். கடலை "ம்... ம்..." என்று உற்சாகப் படுத்தினான்.

முதலாளி பணத்தை நீட்டியவுடன் முத்துவுக்கு தூக்கி வாரிப்போட்டது. ஒரு நூறு ரூபாய் நோட்டை கையில் திணித்து, "வச்சுக்க முத்து" என்றார். இதை கொஞ்சமும் எதிர்பார்க்காததால் அதிர்ச்சி அடைந்த முத்துவை, "அய்யா பிச்சை போடுங்க..." என்ற குரல் அவனை சகஜ நிலைக்கு திருப்பியது.

ஊழியர்கள் அனைவரும் கனல் தெறிக்கும் கண்களுடன் முதலாளியையும் முத்துவையும் பார்க்கு போது, கல்லாவிலிருந்து சடுதியாக திரும்பிய அவன், கடைக்கு வெளியே நின்றிருந்த பிச்சைக்காரியின் தட்டில் அந்த நூறு ரூபாயை முதலாளி பார்க்கும் விதமாக போட்டான்.

தினமணி கதிர், 31.10.2010

கேமரா கண்கள்

கேமரா கண்கள் எனக்கு வாய்த்திருப்பது அதிசயமானது அல்ல, பயம் கவ்வச் செய்யும் பிசாசின் வடிவம் என அரண்டு போய் குமைந்து கொண்டிருக்கிறேன்.

மனதில் அவிழ்க்க முடியாத குழப்பங்கள் நிரம்பியவனாக அலுவலகம் செல்ல ஆயத்தமானேன். பெண் வீட்டாரை நம்ப வைக்கும் ஒரு பொய்யை மனது திட்டமிட்டது. இயல்பாக அந்தப் பொய்யை அவர்களை நம்ப வைக்கத் தேவையான நுட்பங்களை ஆடியின் முன்னாள் நான் சொல்லிப் பார்த்துக் கொண்டேன்.

ஆரோக்கிய குறைபாடு, தீராத வியாதி. இதில் எதனைச் சொன்னால் திருமணத்தை இல்லாமல் செய்ய முடியும் என சிந்தனை விரிந்தது. கேள்வி, அதன் பின் எழும் கேள்விகளுக்கெல்லாம் நான் சொல்லும் பொய் இடம் தந்து விடாமல் இருக்க வேண்டும் என சூட்சுமப் பதில்களை தயாரித்தேன்.

அலுவலகம் செல்லும் வழியில், மாநகர காவல்துறை ஆணையர் அலுவலகத்துக்குச் சென்றேன். இந்த அழுத்தங்கள், இல்லவே இல்லை என்பது போல உரு மாறினேன். உயரதிகாரிகளுடனான ஆலோசனை, சாகசத்தை ஏகும் மனதுடையவனாக என்னை மாற்றியது. அடுத்து என்ன சாகசம் செய்யப் போகிறேன்? பொம்மைகள் விற்கும் கடையில் நுழையும் குழந்தை, விளையாட்டுப் பொருள் ஒன்றைப் பார்த்து வியந்து அடுத்ததைப் பார்த்து வியப்பில் ஆழ்ந்து அடுத்தடுத்து அதிசயித்து லயிப்பது போல நானும் மாறி விடுகிறேன்.

புதிதாக என்ன சாகசம் செய்ய காவல்துறை ஆணையர் உத்தரவிடப் போகிறாரோ என மூளையை குழம்ப விட்டேன்.

காக்கி உடையில் தங்களை ஒப்புவித்துக் கொண்ட அசையும் சிலைகள் சூழ நான் அந்த அறையில் நேரம் கடத்தினேன். ஆணையரின் வருகையை உணர்ந்த அதிகாரிகளின் செயல்பாடுகளால் அறையின் பாரம் அதிகரித்தது. என்னைத் தவிர மற்ற அதிகாரிகள் எல்லாம், மூச்சை அடக்கி விட்டு அறையில் அமைதியை பாய்ச்சினர்.

“வாம்பன், இது கொஞ்சம் டிஃப்ரண்ட்டான கேஸ்” அறைக்குள்ளே வந்த, ஆணையரின் பார்வை என்னை நோக்கிப் பாய்ந்தது.

சற்று வாயைத் திறந்து வலது புற மீசையைச் சொறிந்தவனாக, சிந்திக்கும் பாவனையில் அவரைப் பார்த்தேன். நீள் வட்ட நாற்காலியைச் சுற்றி அறையப்பட்டது போல் அமர்ந்திருந்தவர்களில் நான், ஆணையருக்கு நேர் எதிரில் இருந்தேன்.

“எனக்கு ஸ்ட்ராங்கான ஆதாரம் வேணும்... ஐடியா எல்லாமே வழக்கம் போல உங்களோடதுதான்...” சொல்லி விட்டு, மற்ற அதிகாரிகளுக்கு கண்களாலேயே உத்தரவுகளைப் பிறப்பித்து விட்டு ஆணையர் புறப்பட்டார்.

பொருளாதார குற்றப்பிரிவு போலீஸ் அதிகாரிகள் கோப்புகளில் உள்ள புலனாய்வு சமாச்சாரங்களை விலாவரித்தனர். நான் பிரதிமையாக மாறி, பெண் வீட்டாரை சமாளிக்கும் யுக்திகளின் கவலைகளுக்கு மீண்டும் திரும்பினேன்.

“வாம்பன், நீங்க பணம் வாங்குறது மாதிரி ஃபோட்டோ வேணும். எல்லாமே ஹவாலா பணம்தான். பேங்க் டிரான்ஸ்சாக்சன் கிடையாது. ஒன்லி கேஷ் டெலிவரி. அந்தப் புள்ளி சிக்கிறதுக்கான ஆதாரம்தான் நம்மள்ட்ட இல்ல. அதுக்குத்தான் உங்கள அனுப்புறோம். உங்களுக்கு பணம் வர்றது மாதிரி நாங்க ஏற்பாடு பண்ணிட்டோம். நீங்க பணம் வாங்குற மாதிரி ஃபோட்டோ தேவை. அவ்ளோதான்...”

“ஓகே... சார்...”

“ஆர் யூ நார்மல்...? கெட் அப் சேஞ்ச் பண்ண மறந்திடாதீங்க வாம்பன்...”

எனது கவனம் என்னிடம் இல்லாததை அறிந்த ஏசி எச்சரிக்கை செய்தார்.

கல்லூரி கேண்டினில் அமர்ந்திருந்த நான், என் முக அடையாளத்தைக் காட்டி என் செல்ஃபோனை திறந்தேன். வழக்கத்துக்கு மாறாக கேலரி திறந்து காட்டியது. கேலரியை திறந்தே வைத்து போன் ஸ்கிரீனை ஆஃப் செய்து கொண்டதாக நினைத்தேன். ஆனால் அப்படிச் செய்வது என் வழக்கமில்லை. கேமரா ஃபோல்டரில் புதிய ஃபோட்டோக்கள் இருப்பதை பார்த்து பயந்து போனேன்.

என் முக அடையாளத்தை வைத்து மட்டுமே உள்நுழைய முடிந்த, என் போனை யாரோ எடுத்து பயன்படுத்தி போட்டோ பிடித்திருப்பதாக சந்தேகம் எழுந்தது.

ஆசிரியர் பாடம் நடத்துவது, முன் இருக்கையில் அமர்ந்திருந்த நண்பர்கள், இடதுபுறம் இருந்த மாணவிகளில் சிலர்... என சற்று முன்பு நான் இருந்த வகுப்பறைக் காட்சிகள் அதில் இருந்தன. ஃபோட்டோக்களை நோட்டமிட்ட எனக்கு தலை சுற்றியது.

யார் என் மொபைலை எடுத்தது? என்னுடைய பேக்-கில் தானே போன் இருந்தது? குழப்பத்தில் நண்பர்களில் சிலரை சந்தேகப்பட்டேன்.

கேண்டினில் சாப்பிட்டு விட்டு மீண்டும் வகுப்புக்குச் சென்றேன். பாடத்தில் கவனம் செல்ல மனம் மறுத்தது. என் மொபைலை திருட்டுத்தனமாக எடுத்தது யார் என்பதை அறிந்து கொள்வதை விட, என் முக அமைப்பு இல்லாமல் எப்படி மொபைலை திறந்திருக்க முடியும் என்பதிலேயே என் சிந்தனை வட்டமிட்டது.

“என்னடா மாப்ள... ரொம்ப நேரமா எதையோ திங்க் பண்ணிட்டிருக்க” நண்பன் கேட்டான். அவன் மீது எனக்கு சந்தேகம் வலுத்தது.

“இங்க பாருடா... உன் கண்ணு ஏன் இப்படி துடிக்குது...?”

அவனைப் பார்த்து மூன்று முறை என் புருவங்கள் வெட்டி மூடித் திறந்தன.

“தெரியலடா... இன்னிக்குத்தான் இப்படி இருக்குது. கண்ணுல பெயின் எதுவும் இல்ல... இருந்தாலும் டாக்டர்ட்ட கன்ஸல்ட் பண்ணனும்...”

கல்லூரி முடிந்து வீடு வந்து சோர்வு போக்கி, டிவி பார்த்து பொழுதைக் கழித்தேன். இரவு தூங்கும் போது, வாட்ஸ் அப் மெஸேஜ் பார்ப்பதற்காக மொபைலைத் திறந்தேன். ஃபோட்டோ கேலரியே திறந்தது. ஏகப்பட்ட புதிய ஃபோட்டோக்கள் விழுந்தன.

எனக்கு மீண்டும் ஆச்சரியம். பயமும் அதிகரித்தது. யார் என் மொபைலை திருட்டுத்தனமாக பயன்படுத்துவது? என்னிடம்தான் போன் இருந்தது, ஒரு வேளை இணையம் வழி யாராவது உளவு பார்க்கும் வகையில் கண்காணிக்கப்பட்டு என் போன் பயன்படுத்தப்படுகிறதா?

முதலில் கேலரியில் துழாவினேன். வகுப்பறைக் காட்சிகள், பைக்கில் வரும் போது எதிர்ப்பட்ட காட்சிகள், வீட்டில் வைத்து சில காட்சிகள் என படங்கள் விரிந்தன.

எங்கேயோ தவறு நடக்கிறது, யாரோ நம்மை கண்காணிக்கிறார்கள் என பொறி தட்டியது. அதனைக் கண்டுபிடிப்பதற்காக, மொபலை லேப்டாப்போடு இணைத்தேன்.

கூகுளில் என் போன் மாடலைக் கொடுத்து, இணையத்தில் தேடினேன். முக அடையாளத்தின் வழி போனில் உள் நுழைவது மிகவும் பாதுகாப்பான அம்சம் என்றே பெரும்பாலான தளங்கள் பரிந்துரைத்தன.

ஃபோட்டோக்களை லேப்டாப்பிற்கு கொண்டு வந்து கவனமாக ஆராய்ந்தேன். அதன் கோணங்கள், படங்களில் தெரியும் பொருட்கள் என நுணுக்கமாக ஒவ்வொரு ஃபோட்டோவையும் நீண்ட நேரம் பார்த்தேன்.

சாப்பிட்டு விட்டு வகுப்பறைக்குச் சென்ற போது, நண்பன் உன் கண் துடிப்பதாக கேட்டானல்லவா... அவன் படமும்

துல்லியமாக பதிந்திருந்தது. அவன் மேல்தான் எனக்கு சந்தேகம். அவன் என் மொபைலை பயன்படுத்தியிருந்தால் எப்படி அவன் படம் கேலரியில் வந்திருக்க முடியும்?

என் கண் இமைகள் மூன்று முறை துடித்தன. நீண்ட நேரம் இல்லாத பிரச்சினை இப்போது மீண்டும் துவங்கியது.

“டேய் வந்து பாலைக் குடிச்சிட்டு போய் தூங்குடா… ரொம்ப நேரம் சிஸ்டம்ல உட்காரத”

அம்மாவிடம் பால் டம்ப்ளரை வாங்கும் போதும் கண் இமைகள் வெட்டின.

அறைக்கு வந்து முகத்தைக் காட்டி மொபைலைத் திறந்தேன். கேலரியிலேயே மீண்டும் மொபைல் திறந்தது. அச்சத்தில் அம்மா என்று அலறியவனாக மொபைலை வீசினேன். தலையணையில் விழுந்து துள்ளியது மொபைல்.

“என்னடா… என்ன ஆச்சு…” அம்மா பதறிக் கொண்டே வந்தாள்.

“ஒண்ணுமில்லேம்மா… கரப்பான்பூச்சி” அம்மாவை சமாளித்து அனுப்பினேன்.

பற்ற வைக்கும் போதே வெடித்து விடுமோ என அஞ்சி வெடியை பற்ற வைப்பது போல, மொபைலை எடுத்தேன். சற்று முன்பு மொபைலை லேப்டாப்போடு இணைத்து அதிலிருந்த காட்சிகளை ஆய்வு செய்த, அந்தக் கணங்களையும் கூட இப்போது படமாக்கி இருந்தது மொபைல். கேலரி விரிந்தது. அழகழகாக வர்ண ஜாலம் ஜொலித்து வாண வேடிக்கை காட்டிய சிலிர்ப்பை உணர்ந்தேன்.

இது தொழில்நுட்ப களவாடல் பிரச்சினை இல்லை என்பது சட்டென பிடிபட்டது. ஏதோ அமானுஷ்ய சக்தி என் தலைக்கு மேலே மேகம் விரிப்பதாக உணர்ந்தேன்.

எழுந்து என் அலமாரியில் இருந்த புத்தகங்களைப் பார்த்தேன். உடுப்புகள் தொங்கவிட்டிருப்பதைப் பார்த்தேன். டேபிளில் இருந்த படித்துப் புரட்டிய தினசரிகளைப் பார்த்தேன். கட்டிலுக்கு

கீழே இருந்த புதிதாக வாங்கிய ஷூக்களைப் பார்த்தேன். ஒளி குறைந்த அந்த இடத்தில் ஷூக்களை கூர்ந்து கவனித்த போது கண் இமைகள் வெட்டின.

தீர்வு ஓரளவுக்கு எட்டியவன் போல ஆசுவாசமாக, என் முக அடையாளத்தைக் காட்டி மொபைலைத் திறந்தேன். இப்போதும் கேலரியே ஸ்கிரீனில் திறந்தது. ஆனால் ஒரு படம் மட்டுமே இருந்தது. அது கட்டிலின் அடியில் இருந்த ஷூக்கள்.

ஒரு முக்கியமான குறிப்பு எனக்கு கிடைத்து விட்ட உற்சாகம் தொற்றிக் கொண்டது. கண் இமைகளை சிமிட்டுவதற்கும் இந்த சித்து விளையாட்டுக்கும் ஏதோ தொடர்பு இருப்பதாக தீர்மானித்தேன்.

அதே காட்சிகளை கண் இமைகளைச் சிமிட்டிச் சிமிட்டி மீண்டும் ஒருமுறை பார்த்தேன்.

மொபைலைத் திறந்தால், அலமாரியில் புத்தகங்கள், ஆடைகள், நாளிதழ்கள், ஷூக்கள்... அத்தனையையும் கேலரியில் படங்களாக மின்னின.

ஆஹா... பாலைவனத்தில் காணாமல் போன ஒட்டகத்தை கண்டுபிடித்த நாடோடியைப் போல மகிழ்ச்சியில் மனம் ஆகாசத்தை தொட்டு குதித்தது.

கேமராவின் ஷட்டரைப் போல மூன்று முறை கண் இமைகளை வெட்டி மூடினால் நான் பார்க்கும் காட்சி பதிவாகிறது. மொபைலைத் திறந்தால் பதிவான படங்கள் பதிவிறக்கமாகி விடுகிறது. இதுதான் அந்த மந்திர சக்தி. கண்களைப் போல் கேமரா இயங்குகிறது. எனக்கோ, கண்களே கேமராவாக வரம் பெற்றேன்.

அதிசய சக்தி வாய்க்கப் பெற்றவர்கள், அதனை வெளியே சொன்னால் அற்புதம் பலிக்காது என எப்போதோ படித்த வரிகள் நினைவுக்கு வந்தது.

கேமரா கண்கள் வித்தையை யாரிடமும் சொல்லாமல் பொத்தி பொத்தி பாதுகாத்தேன். இதற்குப் பின்பு என் மொபைல் கேலரியையும் யாரையும் பார்க்க நான் அனுமதிக்கவில்லை.

இந்த அற்புத சக்தியை சோதித்துப் பார்த்து மகிழ, மலை, கடல், நதி என சுற்றித் திரிந்து ஒளியை பருகி அழகிய காட்சிகளைப் படமாக்கினேன். அதில் சில படங்களை என் நண்பர்களுக்கும் அனுப்பி வைத்தேன். என்னுடைய கலைத் திறமையை நண்பர்கள் வியந்தனர். ஆனால் நான் யாரிடமும் என் கண்களின் மேஜிக் சக்தியைப் பற்றி பிரஸ்தாபித்துக் கொண்டதில்லை.

ஐடி துறையில் பணியில் சேர்ந்தேன். சாலை விபத்து ஒன்றில், என் கண்களால் கிளிக்கிய ஃபோட்டோ, ஆதாரமாக போலீசுக்குப் பயன்பட்டது. அது முதல் போலீஸ் கமிஷனரோடு நட்பு. தொழில்நுட்ப அறிவு அதிகம் இருப்பதாகவும், நவீன உபகரணம் கொண்டு ரகசியமாக நான் படம் பிடிப்பதாகவும் காவல்துறை நம்பியது.

16 வழக்குகளில் ஆதாரங்களைப் போலீசுக்கு கொடுத்துள்ளேன். இது 17 ஆவது வழக்கு.

அங்க அடையாளங்களை மாற்றி, அதிகாரிகள் சொன்ன இடத்துக்குப் போனேன். பாதுகாப்பு சோதனை கெடுபிடிகள் அதிகம் இருந்தன. உடலை முழுவதும் சோதித்து விட்டு, மொபைலை பிடுங்கிக் கொண்டார்கள். எனக்கு வந்த ஹவாலா பணத்தை வாங்கும் போது, கண்களைச் சிமிட்டினேன்.

வெளியே வந்து அவசர, அவசரமாக அந்தப் படங்களை கமிஷனருக்கு அனுப்பி வைத்தேன். இனிமேலும் தாமதிக்கக் கூடாது என போன் போட்டேன்.

“அங்கிள் நான் வாம்பன் பேசுறேன்...”

“சொல்லுங்க தம்பி...”

திட்டமிட்டது போல, ஆத்ம ஞானி மாதிரி அதிகம் பேசாமல், சரியாக விஷயத்தை சொல்லி விட வேண்டும் என்பதில் கவனமாகப் பேசினேன்.

“எனக்கு கொஞ்சம் ஹெல்த் பிரச்சினை இருக்கு... அதனால இப்ப எனக்கு மேரேஜ்ல விருப்பமில்ல அங்கிள்”

பழகிய நண்பரைப் போல... “கொஞ்சம்தானே பிரச்சினை சரி பண்ணிக்கலாம்... தம்பி” என்றார்.

“இல்ல அங்கிள்... அது... அது...” சுருக்கமாக பேச வேண்டும் என்ற என் தவத்தைக் கலைத்து என்னை அதிகம் பேச வைத்தார்.

“சொல்லுங்க... தயங்காம சொல்லுங்க...”

“என் ஹெல்த் பிரச்சினை இல்லற வாழ்க்கைக்கும் பிரச்சினை...”

எதிர் முனையில் சிரித்து விட்டார். “யாரையாவது லவ் பண்றீங்களா தம்பி...” இயல்பாகக் கேட்டார்.

நான் அமைதியாக இருந்தேன். இருபுறமும் மவுனம் நீடித்தது.

“கல்யாணம் பண்ணினா எல்லாம் சரியாயிடும் தம்பி... நான் அப்பாட்ட பேசுறேன்” அவர் போனை வைத்துவிட்டார்.

இந்த மனுசனுக்கு என் பிரச்சினை எப்படி புரியும்? யாரிடம் நான் போய் சொல்ல முடியும்? திருமண பேச்சை எடுத்ததில் இருந்து கேமரா கண்கள் பெரும் சாபமாக எனத் தோன்றின. இப்படி ஒரு சுழலுக்குள் சிக்குவேன் என நான் நினைத்துக்கூடப் பார்க்கவில்லை. அழகை கவ்விய கண்கள், போலீசுக்கு உதவிய கண்கள் என் இல்லற வாழ்க்கைக்கு சூன்யம் இட்டு விடுமோ எனப் பயந்தேன்.

மனைவியோடு தனிமையில் இருக்கும் என் இமைகள் சிமிட்டினால்... நினைக்கவே அறுவறுப்பாகவும் அச்சமாகவும் இருந்தது. இந்தச் சிக்கலை நான் எப்படி குடும்பத்தினரிடம் புரிய வைக்க முடியும்... இப்போதைக்கு திருமணமே வேண்டாம் என்கிற முடிவுக்கு வந்தேன்.

உடல் நலம் சார்ந்த என் முறைப்பாடுகள் பெண் வீட்டிலும், என் வீட்டிலும் பலிக்கவில்லை. எல்லா எதிர்ப்பையும் மீறி திருமணம் நடந்தது. முதலிரவும் மிகுந்த உற்சாகத்தோடு முடிந்தது. நானும் பலமுறை கண்களைச் சிமிட்டியிருந்தேன். காலையில் மொபைலைத் திறந்தேன். அருகில் அமர்ந்த மனைவி, போனை வாங்கினாள். ஒருவித பதற்றத்தோடு,

அதை வெளிக்காட்டிக் கொள்ளாமல், போனை அவளிடம் கொடுத்தேன். கேலரியைப் பார்த்தாள்.

“என்னங்க... ஒரே கறுப்பு கறுப்பு ஃபோட்டோவா இருக்கு...” எட்டிப் பார்த்த எனக்கு சில படங்கள் தெரிந்தன.

“நிறைய கறுப்பு ஃபோட்டாவா இருக்கே...”

“உனக்கு அதெல்லாம் கறுப்பா தெரியுதா...?”

“ஏங்க... கறுப்பா இருந்தா கறுப்பாத் தானே தெரியும்...”

“யாராவது வாட்ஸ் அப்ல தெரியாம அனுப்பியிருப்பாங்க...”

என் மொபைலில் உள்ள என் கண்கள் சிமிட்டும் ஃபோட்டக்கள் எனக்கு மட்டுமே தெரிவதை மனைவி மூலம் கண்டுபிடித்தேன்.

தினமணி கதிர், 17.11.2019

மீண்டும் மீண்டும்...

அடித்துப் பிடித்துக் கொண்டு ஏறிவிட்டேன். வேலைக்குச் செல்பவர்களின் கூட்ட நெரிசலால், நிரம்பி வழிந்தது ரயில். எவ்வளவு மாறிவிட்டது சென்னை... பூங்கா ரயில் நிலையத்திலேயே இவ்வளவு கூட்டம் என்றால் போகப் போக பெட்டி தாங்காதே...

முண்டியடித்து முன்னேறி பெட்டியின் அந்தப் பக்கத்தில் கதவு ஓரத்தில் நிற்பதற்கு ஓர் இடத்தைப் பிடித்துக் கொண்டு நின்றேன்.

சிறைச் சுவர்களில் கைதிகள் கிறுக்கியிருப்பதைப் போலவே, நான் இருந்த பெட்டியிலும் நிறைய எழுதப்பட்டிருந்தது. கல்லூரி மாணவர்களின் பெயர்கள், எழுத்துப் பிழைகளோடு தமிழ்க் கவிதைகள் என... சுற்றிச் சுற்றிப் படித்தேன். நெரிசல், சப்தம், நிறுத்தங்களில் பயணிகள் திமுதிமுவென இறங்கி ஏறுவது என ஒரே பரபரப்பாக இருந்தாலும், எனது மனம் மட்டும் பழைய நினைவுகளையே அசை போட்டது.

தட... தட... தட...

வாசல் அருகில் நின்றிருந்த என் மீது குளிர்ந்த காற்று படர்ந்து இதமாக இருந்தது. எதிர்த்திசையில் திடீரென வந்த ரயிலின் ஓசையால் நான் சற்று பயந்து போனேன்... அந்த கவனப் பிறழ்வு என்னுடைய சிந்தனையை கலைத்தாலும் நான் மீண்டும் என்னை மறந்தேன்...

“காந்தி... காந்தி...”

“ஐயா...”

“உனக்கு எவன்யா பேரு வெச்சது...” புதிதாக வந்த ஜெயிலர் என்னை வித்தியாசமாகப் பார்த்தார்.

“ஐயா...?!”

“நாளைக்கு காந்தி பிறந்தநாள், அதனால உன்னோட தண்டனை காலத்தைக் குறைச்சு... நன்னடத்தை எல்லாம் கணக்கில வெச்சு, உன்ன நாளைக்கு விடுதலை செய்யப் போறாங்க...”

“சரிங்க...” சிரித்துக் கொண்டே சொன்னேன். அந்த சிரிப்பு இப்போதும் என் இதழில் தவழ்ந்தது.

எழும்பூர் ரயில் நிறுத்தத்தில் இன்னும் ஏராளமான பயணிகள் ஏறினர். வெளியூரிலிருந்து சென்னைக்கு வந்தவர்கள் சூட்கேஸ்களோடு தங்கள் பகுதிகளுக்குச் செல்ல இந்த ரயிலில் ஏறியதால், என்னுடைய இடத்தில் நான் நிற்பதற்கு கூட இயலாமல் போய் விட்டது. கூட்டம் என்னை நெட்டித் தள்ளினாலும் சிறை வாழ்வை என் மனம் திரும்பத் திரும்ப மீட்டிப் பார்த்தது.

ஆரம்ப காலங்களில் சின்ன சின்ன திருட்டுக் குற்றங்களில் ஈடுபட்டு சிறைக்கு சென்று வந்த எனக்கு, அதுவே நாளாக நாளாக சுவாரஸ்யமான பொழுதுபோக்காக மாறியது. தாய்-தந்தை இல்லை, உறவினர்கள் இல்லை... நண்பர்கள் எல்லாம் குற்றப் பின்னனி உள்ளவர்கள்தான்! நண்பர்களுடனும், குற்றங்களுடனும் பழகப் பழக என்னிடம் மனசாட்சி என்பது கொஞ்சம் கூட இல்லாமல் போய், சிறை என்பதும் நல்ல வாழ்க்கைதான் என்று என் மனம் ஏற்றுக் கொண்டது.

என் வயது நாற்பதைத் தொட்ட நிலையில் என்னென்ன குற்றம் செய்தேன்... எந்தெந்த ஊர் சிறை... இதெல்லாம் எனக்கு ஞாபகமில்லை. நான் என்ன மகாத்மாவா... பெயர் அப்படி இருக்கிறது என்பதற்காக நான் என்ன சுயசரிதையா எழுத முடியும்...? ஆயுள் தண்டனைக் கைதியாக சென்னை சென்ட்ரல் ஜெயிலில் அடைக்கப்பட்ட முதல் நாளில்தான், கம்பிகளுக்குள்ளேயே என் வாழ்க்கை முடிந்து போனதாக குற்ற உணர்வு ஏற்பட்டது.

எத்தனை நாள் சிறை வாசம்...?

வீடு வரை உறவு...
வீதி வரை மனைவி...
காடு வரை பிள்ளை...
கடைசி வரை யாரோ...

கண்தெரியாதவர்கள் யாசகம் கேட்டு பாடிய பாடலால் என் கனவு கலைந்தது.

மாம்பலம் ரயில் நிலையத்தில் கூட்டம் கொஞ்சம் குறைந்தவுடன் பெட்டியில் நெரிசல் இல்லை. ஆனாலும் உட்கார இடம் கிடைக்கவில்லை. மீண்டும் பழைய நினைவுகளுக்கு திரும்பினேன்...

சென்ட்ரல் ஜெயிலில் புதிய புதிய அறிமுகங்கள் கிடைத்தன. வாழ்க்கையில் வெவ்வேறு நிலைகளில் இருந்தவர்கள், திடீரென உணர்ச்சிவசப்பட்டு ஏதாவது குற்றம் செய்து சிறைக்கு வந்தவர்கள் என பல்வேறு தரப்பினர் இருந்தனர்.

விதவிதமான குற்றவாளிகளுடன் நான் சிறையில் இருந்தேன். தாயைக் கொன்றவன், நண்பனின் மனைவியுடன் கள்ளத் தொடர்பால் சொந்த மனைவியைக் கொலை செய்தவன்... கொள்ளையடித்தவன்... எனப் பலப்பல குற்றம் செய்த நபர்களைக் கண்டேன். மனிதன் உணர்ச்சிவசப்பட்டு இப்படி எல்லாம் கூட கொலை செய்ய துணிவானா... என் மனம் பதறி இருக்கிறது.

நான் கோயிலில் கொள்ளையடிக்கும் போது தடுத்த காவலாளியைக் கொலை செய்து விட்டு சிறைக்கு வந்தவன்... நான் குற்றத்திலேயே உழன்றவன். ஆனால் இவர்கள் எப்படி தவறாக முடிவெடுத்து சிறைக்கு வந்தார்கள்? சிறைவாசிகளின் பல்வேறு அனுபவங்களைக் கேட்ட நான் வாழ்க்கையின் பல்வேறு பரிமாணங்களைத் தெரிந்து கொண்டேன்.

சிறையில் உள்ளவர்களைப் பார்க்க உறவினர்கள் வரும்போது, என் இதயத்தில் பாரம் அதிகரிக்கும். அடுத்த முறை வரும் சொந்தங்களைப் பார்ப்பதற்காகவே காத்திருக்கும் கைதிகளின் சிறை வாழ்க்கையிலும், ஓர் அர்த்தம் இருப்பதாக எனக்குப்பட்டது. எனக்கென்று யார் இருக்கிறார்கள்? உறவினர்களைப் பார்த்த

மகிழ்ச்சியில் இருக்கும் மற்ற கைதிகளைப் பார்க்கும் போது, உறவுகளுக்காக என் மனம் ஏங்கும்.

அப்போது தான் எனக்கு அறிமுகமானார் தேடல் சிவா. நரைத்த தாடி, கண்கள் உள்ளே சென்ற முகம், மெலிந்த தேகம்... சக சிறைவாசிகளும் அவரைப் பற்றி என்னிடம் கூறியிருந்தனர். அவர் சிறைவாசிகளுடன் மேற்கொள்ளும் அரசியல் விவாதங்கள், அவருடன் பேச வேண்டும் என்ற என் ஆவலைத் தூண்டின.

ஆயுள் தண்டனைக் கைதியான தேடல் சிவாவுடன், வலியச் சென்று என்னை நான் அறிமுகம் செய்து கொண்டேன். பெயருக்கு ஏற்ப நிரம்ப தேடல் நிறைந்த மனிதர்தான் அவர்! என்னைவிட வயதில் மூத்தவராக இருந்தாலும், நண்பரைப் போல பழகினார். நிறையப் பேசினார்... வாழ்வைக் கற்றுக் கொடுத்தார் என்றே சொல்லலாம்.

பழைய நினைவுகளுடன், சட்டைப் பையில் இருந்த முகவரியை தடவிப்பார்த்துக் கொண்டேன். தாம்பரத்திற்குச் சென்று, சிவா ஐயா கொடுத்தனுப்பிய முகவரியில் உள்ளவரைப் பார்த்து ஏதாவது வேலைக்கு ஏற்பாடு செய்ய கேட்டுக் கொள்ள வேண்டும்... எப்படியாவது வேலை கிடைக்க வேண்டும்...

ரயில் குரோம்பேட்டையைத் தாண்டியது. அப்போது காலில் ஏதோ தென்படுவது தெரிந்தது. கூட்ட நெரிசலில் கஷ்டப்பட்டு கீழே கிடந்ததை எடுத்தேன். அது ஒரு செல்ஃபோன்! பழைய காந்தியாக இருந்திருந்தால், இந்நேரம் அதன் உரிமையாளராக நான் ஆகியிருப்பேன். சிறைச்சாலை என்னை மாற்றி விட்டதே... 'யாரு தொலைச்சதோ, பாவம்...' அப்போது அந்த செல்ஃபோன் ஒலிக்கத் தொடங்கியது.

அதை தவறவிட்டவர் அந்த பெட்டியிலேயே இருந்தார். சற்று முன்பு தான் கூட்ட நெரிசலில் தவறவிட்டிருப்பார் போலும். அருகிலிருந்தவரின் செல்ஃபோனை வாங்கி தொலைந்து போன அவருடைய எண்ணுக்கு அழைப்புக் கொடுத்தார் புத்திசாலித்தனமாக...

எனக்கு செல்ஃபோனை இயக்கத் தெரியாததால், அவர்தான் அழைத்திருக்க வேண்டும் என்று கூட்டத்தில் இருந்த அந்த நபரைத் தேடினேன்...

"இது யாரோடது..." பின்னால் இருந்து ஒரு குரல் கேட்டது. இவர்தான் செல்ஃபோன் உரிமையாளராக இருக்கலாம் என்று நினைத்து, "சார்..." என்று திரும்பினேன்.

நான் சொல்லி முடிக்கும் முன்பே, "திருட்டு நாயே..." என்று என் பிடறியில் அவர் ஓங்கி அடிக்க, சுற்றி இருந்தவர்களும் என்னைக் கடுமையாகத் தாக்கினர்.

நான் சொல்வது எதையுமே யாரும் கேட்கவில்லை. இதற்குள் தாம்பரம் ரயில் நிலையம் வந்து விட்டது. பேந்தப் பேந்த விழித்த என்னை ரயில்வே காவல்துறையிடம் ஒப்படைத்தனர்.

தினமணி கதிர், 25.12.2011

கனவுக் கன்னி

கனவுக் கன்னி என்ற வார்த்தை எப்போது தமிழில் அறிமுகமாகியிருக்கும்? நிச்சயம் அது தனித்த தமிழ் வார்த்தை கிடையாது.

எல்லோருக்குமே தான் நேசிக்கும் நடிகைகள் கனவில் வந்து விடுகிறார்களா என்ன? எனக்கு தெரியாது. ஆனால் ஒரு நாள் நடிகை கஜோல் என்னுடைய கனவில் வந்து ஆச்சரியம் தந்தார்.

கஜோலை எனக்கு அவ்வளவு பிடிக்கும். இப்போது அவர் கொஞ்சம் குண்டாகி விட்டார்.

என் கனவில் ரொம்பவே ஒல்லியாக, கௌபாய் உடை அணிந்து, தற்காப்பு வித்தைகளை எனக்கு செய்து காட்டினார். கௌபாய் உடை என்றாலும் அந்தத் தொப்பியை அவர் அணிந்திருக்கவில்லை.

கராத்தே ஸ்டெப்சுகளை செய்து காட்டிவிட்டு, என்னைத் தாக்க வரும்போது, நான் திருப்பி தாக்குவது போல பாவனை செய்தால், காதலனைப் பார்த்து வெட்கப்பட்டு ஓடும் நங்கையைப் போல ஓடினார். அவரது வீரம், வெட்கமாக மாறிவிடும்.

இப்படி நான்கைந்து முறை என்னைத் தாக்க வந்து, வெட்கமுற்றார் கஜோல்.

இதுதான் அந்தக் கனவு.

கனவுக் கன்னி என்ற வார்த்தைக்கு பொருத்தமான கனவுதான் இது. இருந்தாலும் என்னுடைய நிஜ வாழ்க்கையில் நடிகை

கஜோல் பெரும் புயலைக் கிளப்பி, என் இல்லற வாழ்க்கையின் வில்லியாக மாறியிருந்தார்.

மருத்துவம்தான் தொழில் என்றாலும் இசை மீது எனக்கு கொள்ளைப் பிரியம். அதுவும் இசைப் புயல் ரஹ்மானின் பாடல்கள் என்றால், சாப்பாடு கூட என் வயிறு கேட்காது.

ரஹ்மானின் இந்திப் பாடல்களைக்கூட பொருள் புரியாவிட்டாலும், அனாயசமாக மந்திரத்தைப் போல உச்சாடனம் செய்வேன். ஆனால் சினிமா பார்ப்பதில் அவ்வளவு ஈடுபாடு கிடையாது.

கல்லூரி நாட்களின் போது வெளியான, மின்சாரக் கனவு திரைப்படத்தின் பாடல்கள் என்னை ஒரு மந்திர சக்தி போல மயக்கி வைத்திருந்தது. உச்சாடனம்... உச்சாடனம்... எப்போதுமே, வெண்ணிலவே... வெண்ணிலவே... பாடல் வரிகளே!

இசை உலகில் இதுவரை வந்த பாடல்களில் அதுதான் சிறந்த பாடல். அது மட்டுமே சிறந்த பாடல். இனி அந்தப் பாட்டின் இசைக் கோவையைப் போல யாரும் மீட்ட முடியாது என்ற அளவுக்கு புளகாங்கிதம் அடைந்து மனதில் தீர்மானம் இயற்றி இருந்தேன்.

ஒருமுறை, தொலைக்காட்சியில் அந்தப் பாடலைப் பார்க்கும் பேறு பெற்றேன்.

என் ரசனை உணர்வே, அன்று தலைகீழாக மாறியது என்றுதான் சொல்ல வேண்டும்.

பாவாடை, தாவணி, கொஞ்சம் கறுப்பு மேனி - இதுதான் ‘அழகு’ என்று கணித்து வைத்திருந்த என் இளமைப் பருவ ஆராய்ச்சி முடிவுகளை, சுக்கு நூறாக உடைத்து நொறுக்கினார் கஜோல்.

அந்தப் பாடலைப் பார்க்கப் பார்க்க, கஜோலின் நடனத்தை ரசிக்க ரசிக்க, உலகமே என் கால்களுக்கு கீழே நழுவிச் செல்வதைப் போல உணர்ந்தேன்.

அழகியலைப் பற்றிய புரிதலில் பெரிய மாற்றம் என் உள்ளத்தில் ஏற்பட்டது. வட இந்தியப் பெண்களே கொள்ளை அழகிகள் எனப் பிதற்றித் திரிந்தேன்.

வட இந்தியப் பெண்களின் அழகு மயக்கம், பாட்டியின் முயற்சியால் தெளிந்தது.

“மதி, உன் அத்தை மகளை உனக்கு பேசி முடிக்கலாமா” ஒரு நாள் பாட்டி கேட்டாள்.

நான் திடுக்கிட்டேன். எந்த அத்தை, எந்த மகள்?

அத்தைகளுக்கும் முறைப் பெண்களுக்கும் எனக்கு பஞ்சமில்லை.

என் வலது கன்னத்தில் இருக்கும் மச்சங்களெல்லாம், சிறு வயதில் அத்தை மகள்கள் கொடுத்த முத்தங்கள்தான் என்று கிளுகிளுப்பாக சொல்லித் திரிந்த காலம் ஒன்று உண்டு.

அவ்வளவு கன்னத்து மச்சங்களும், அத்தை மகள்களும் இருந்தாலும், இப்போது கஜோல் மட்டுமே என் நினைவில்...

ஒரு வழியாக வளர்மதி என் வாழ்க்கைத் துணையாகினாள். அவள் கஜோல் அளவுக்கு இல்லையென்றாலும், கஜோலின் தங்கை என்று சொல்லிக் கொள்ளுமளவுக்கு அழகிதான்.

கஜோல் மீதான என் ஈர்ப்பு பற்றி, வளர்மதியிடம் கொஞ்சம் அதிகமாகவே சொல்லியிருப்பாள் போல பாட்டி. முதலிரவு - அதனைத் தொடர்ந்து ஒரு வாரம் வரை அசடாக காட்சியளித்த வளர்மதி, அதன் பின்பு அசல் பெண்ணைப் போல மாறினாள்.

அந்த மாற்றத்தை லதா அத்தை வீட்டில்தான் பார்த்தேன்.

விருந்துக்கு சென்றிருந்த போது, அருகில் வந்து அமர்ந்த லதா அத்தையின் மகள் கனிமொழி, “மாமா, பெர்ஃபெக்ட் மேட்ச்” என்றாள் மகிழ்ச்சி பொங்க...

“என்ன?” அவளின் பேச்சை விரும்பாதவளாய் கேட்டாள் வளர்மதி.

“இல்ல, நீ மாமாவுக்கு சரியான ஜோடின்னு சொன்னேன்”

வளர்மதியும் கனிமொழியும் ஒரே வயதுதான் என்றாலும், இவளைவிட தான் முந்தி விட்டேன் என்பது போல என்னைப் பார்த்து புருவத்தை உயர்த்தினாள் வளர்மதி.

“ஏங்க, இதுக்கு முன்னாடி யாரையாவது லவ் பண்ணி இருக்கீங்களா?”

கனிமொழி உள்ளே சென்ற நேரம் பார்த்து கேட்டு வைத்தாள்.

வளர்மதியை அசல் பெண்ணாக உணர்ந்த அந்த தருணத்தில், நானும் என் சேட்டையை ஆரம்பித்தேன்.

“ஆமா, கனிமொழி மேல எனக்கு விருப்பம் இருந்திச்சி. ஆனா, இவள லவ் பண்ணல”

“அப்ப, யார?” முறைத்தாள்.

நான் பயந்து விட்டேன். கனிமொழியிடம் இதை கேட்டு விடுவாளோ?

“எங்க... எங்களுக்குத்தான் கொடுத்து வைக்கல. நீ அதிர்ஷ்டக்காரி தான்...”

லதா அத்தை எதார்த்தமாக சொல்லிக் கொண்டு அருகில் வந்தார். அவர் வந்தது எனக்கு சற்று ஆறுதலாக இருந்தது. பேச்சு வேறு திசையில் திரும்பியது.

இத்தோடு வளர்மதியின் புலனாய்வு தீவிரமானது. நான் யாரைக் காதலித்தேன் என்பதை அறிந்துகொள்ள எல்லா முயற்சிகளையும் மேற்கொண்டாள். அது எதுவும் எனக்கு தெரியவில்லை.

“மதி, எனக்கு அடையாறு ரெட் ப்ள்ஸ் ஹாஸ்பிடல்ல வேலை கிடைச்சிருக்கு”

அவள் பெயரைச் சுருக்கி, எல்லோரும் என்னை அழைக்கும் பெயரால், அவளை நான் அழைத்தேன்.

“ரொம்ப சந்தோஷமா இருக்குங்க. ஆனா பயமா இருக்குங்க”

“பயமா?” என் முகம் விகாரமானது.

“இல்ல, நீங்க நல்லவருதான்... ஆனா, அங்க நிறைய லேடி டாக்டருங்க, நர்ஸுங்க ஒர்க் பண்ணுவாங்க. அதான்...” இழுத்தாள்.

நான் எதுவும் பதில் சொல்லவில்லை.

புதிய வேலை. புதுப் புது அனுபவங்களை தினந்தோறும் வளர்மதியிடம் இரவில் பகிர்ந்து கொண்டேன்.

அதில் ஒரு நாள் பிரியாவைப் பற்றியும் சொன்னேன்.

என்னுடன் பணிபுரியும் பிரியாவின், மருத்துவ பராக்கிரமங்களை பல முறை வியந்து பாராட்டி இருக்கிறேன்.

நாளுக்கு நாள் பிரியா புராணம் அதிகரிக்க அதிகரிக்க, வளர்மதிக்கு சந்தேகம் துளிர்த்தது.

பிரியாவை நான் காதலிப்பதாக கற்பனை செய்து கொண்ட வளர்மதி, என்னிடம் தேவை இல்லாததற்கெல்லாம் சண்டை போடத் துவங்கினாள்.

அப்போது எனக்கு இருந்த ஒரே ஆறுதல் ரஹ்மானின் இசைதான். உயிரே படத்தின் பாடல்கள் அனைத்தும் அப்போது செம்ம ஹிட்.

ஆனாலும் நான், “வெண்ணிலவே, வெண்ணிலவே விண்ணைத் தாண்டி வருவாயா...” என அதிலிருந்து வெளியே வராமலேயே இருந்தேன்.

அன்று மருத்துவமனை ஆய்வக ஊழியரின் போன், “வெண்ணிலவே, வெண்ணிலவே விண்ணைத் தாண்டி வருவாயா” பாடலை இன்னிசைத்தது.

அந்த ரிங் டோனை அனுப்பச் சொல்லி அவரிடம் கேட்டேன். கேட்டேன் என்பதைவிட கெஞ்சும் தொனியில் கேட்டுக் கொண்டேன் என்றுதான் சொல்ல வேண்டும். அவருக்கோ ஆச்சரியம்.

“சாருக்கு, அந்த ரிங் டோன நான்தான் மெஸேஜில் அனுப்பினேன்” மருத்துவமனை முழுவதும் அதைச் சொல்லித் திரிந்தார்.

யார் எனக்கு போன் பண்ணினாலும், எனக்குப் பிடித்த இசையில் என் போன் இப்போது ஒலித்தது.

மகிழ்ச்சியாக இருந்த நான், அன்றிரவு வீட்டில் பிரியா புராணம் பாடவில்லை. வளர்மதிக்கு ஆச்சரியம்.

ரஹ்மானின் இசை, ரிங் டோன் இப்படியே பேசி தூங்கிப் போனேன்.

காலையில், வளர்மதி என் போனை ஆய்வு செய்திருப்பாள் போல...

பிரியாவுடன் என் காதல் வலுத்து விட்டதாக அவள் உறுதியாக நம்பினாள். அதற்கு ஆதாரம் கிடைத்துவிட்டது போலவும் என்னுடன் சண்டை பிடித்தாள்.

அந்த மருத்துவமனையில் இருந்து விலகி, அதைவிட கொஞ்சம் பிரபலமான மருத்துவமனை ஒன்றில் வேலைக்கு சேர்ந்திருந்தாள் பிரியா.

இந்த தகவலை வளர்மதியிடம் சொன்னேன். அவளின் மகிழ்ச்சிக்கு அளவில்லை.

அந்த மகிழ்ச்சியில் மண்ணை அள்ளிப் போடும் விதமாக நான் ஒரு காரியம் செய்தேன்.

பிரியா வேலைக்கு சேர்ந்த அதே மருத்துவமனையில் வேலைக்கு சேர நானும் முயன்றேன். வருமானத்தைக் கணக்கில் கொண்டு நான் இந்த முடிவை எடுத்தேன். வேலையும் கிடைத்தது.

ஆனால், வளர்மதியிடம் எப்படி இதனைச் சொல்வது?

வேறு வழி கிடையாது. சொன்னேன். மீண்டும் வேதாளம் சந்தேகம் மரம் ஏறியது.

ஒரு சில மாதங்களில், நகரிலேயே மிகப் பிரபலமான மருத்துவமனையில் பிரியா வேலைக்குச் சேர்ந்தாள். ஒரு சில நாட்களில் எனக்கும் அங்கேயே வேலை வாங்கித் தந்தாள்.

நல்ல வருமானம்தான் என்றாலும், வளர்மதிக்கு குழப்பம்.

“உங்களுக்கு எப்படி அங்க, வேலை கிடைச்சது? நீங்க ட்ரை பண்றத பத்தி ஒண்ணுமே சொல்லலியே”

நான் எதையும் மறைக்க விரும்பவில்லை.

“பிரியா இப்ப அங்கதான் வேலை செய்யுறா... அவதான் எனக்கும் ஏற்பாடு செஞ்சா?”

“அப்ப அங்க போக வேணாம்”

“ஏன்?”

“வேணாம்னா வேணாம்”

“அதான் ஏன்? அங்க பிரியா வேலை பார்க்குறதுனாலயா...”

“ஆமாம்... அவ உங்களுக்கு பொண்டாட்டியா, இல்ல... நானா?”

“நீயே சொல்லு”

நானும் விடாமல் மல்லுக்கட்டினேன்.

“அவ எங்கெல்லாம் போறாளோ, நீங்களும் பின்னாடியே போறீங்க”

“அசிங்கமா பேசாத”

“உங்க அசிங்கம் எனக்குத் தெரியாதா?”

“என்ன தெரியும் உனக்கு?

“நீங்க முதன்முதலா வேலைக்கு சேர்ந்தீங்களே... அங்கேயே நீங்க பிரியாவ லவ் பண்ண ஆரம்பிச்சிட்டீங்க”

“லூசா நீ... அவ தங்கச்சி மாதிரி”

“தங்கச்சி மாதிரியா... ஏன் நடிக்கிறீங்க” நமட்டு சிரிப்பு சிரித்தாள்.

“மதி... சொல்றத நம்பு”

“எத நம்ப சொல்றீங்க... Priya fall in Love-ன்னு மெஸேஜ் வந்தத எப்படி நம்புறதாம்?”

“என்ன மெஸேஜ்?”

“திரும்ப திரும்ப எதுவும் தெரியாத மாதிரி நடிக்காதீங்க”

நான் சண்டையை நீட்டிக்க விரும்பவில்லை. அமைதியானேன். என்ன மெஸேஜ் என்ற சிந்தனையிலேயே உறங்கி விட்டேன்.

நான் அமைதியானது அவளுக்கு அர்த்தப்பூர்வமானதாக மாறியது. நான் தவறு செய்துவிட்டதை ஒப்புக் கொண்டது போல என் அமைதியை வளர்மதி புரிந்து கொண்டாள்.

அடுத்த நாள் காலையில் ஏதோ நினைவு வந்தவனாக, வளர்மதியை சமாதானப்படுத்தினேன்.

“மதி, அந்த மெஸேஜ், ஒரு ரிங் டோன்-மா”

அசூயையாக என்னைப் பார்த்தாள்.

“மின்சார கனவு படத்துல வருமே, வெண்ணிலவே வெண்ணிலவே அந்தப் பாட்டோட ரிங் டோன் மெஸேஜ்தான், அது... மதி...”

“ரிங் டோனா... Priya fall in Love-ன்னு ஒரு ரிங் டோனா?” எகத்தாளமாகப் பார்த்தாள்.

அவள் கேட்ட கேள்விக்கு என்னிடம் பதில் இல்லை.

Priya fall in Love-ன்னு எப்ப, என்ன மெஸேஜ் வந்தது?

எனக்கு பிடிபடவே இல்லை.

நாட்கள் ஓடியது. வளர்மதியின் சந்தேகம் தீரவே இல்லை.

2ஜிலாம் மாறி 4ஜி அளவுக்கு வளர்ந்துவிட்டது. SMSலாம் காலாவதியாகி விட்டது. ஆப்பிள் போன், கர்வ்ட் சாம்சங் டிவி இத்யாதி இத்யாதி... என் வருமானம் அதிகரித்திருந்தது. கூடவே வசதிகளும்... அத்தனையையும் அனுபவித்தாள் வளர்மதி. சந்தேகத்தையும் சேர்த்து...

மகிழ்ச்சியின்றி, வாழப் பிடிக்காமல் என் வாழ்நாட்கள் நகர்ந்தன.

அன்றொரு நாள் விடுமுறையில் வீட்டில் டிவி பார்த்துக் கொண்டிருந்தேன். வளர்மதியும் அத்தையும் படத்தைப் பார்த்துக் கொண்டே சமையல் வேலைகளில் மும்முரமாக இருந்தனர்.

மின்சார கனவு படம் ஓடிக் கொண்டிருந்தது. இன்றைக்காவது இந்தப் படத்தை முழுவதுமாக பார்த்துவிட வேண்டும் என முடிவு செய்தேன்.

கஜோலை - கனவுக் கன்னியைப் பார்ப்பது எனக்கு உற்சாகத்தையும், துக்கத்திலிருந்து வெளியேற சந்தர்ப்பம் தருவதாகவும் அமைந்தது.

அமைதியாக படத்தைப் பார்த்துக் கொண்டிருந்தேன்.

"தாம்ஸன் அழகா இருக்கான்ல"

"தேவா வந்த பின்னாடிதான் படம் சூடு பிடிக்குது"

அந்தப் படத்தில் வரும் கேரக்டர்களின் பெயரைக் குறிப்பிட்டு நடிப்பை பாராட்டிக் கொண்டிருந்தார் அத்தை. சீரியல்களின் கதாபாத்திரம் பெண்களின் உளவியலில் ஏற்படுத்திய தாக்கத்தை உணர முடிந்தது.

நடிகர்களின் பெயர் தெரிந்திருந்தாலும் அந்தக் கதாபாத்திரங்களாகவே அவர்களைப் பார்த்தார்கள்.

வெண்ணிலவே... வெண்ணிலவே... விண்ணைத் தாண்டி வருவாயா...

பாடல் காட்சி வந்தது. யானையைக் கண்ட சிறுவன் போல, கண்கள் விரிய, பாடல் காட்சிகளை ரசித்துக் கொண்டிருந்தேன்.

வாய் பிளக்காத குறையாக பாடலை ரசித்துக் கொண்டிருப்பதை எகத்தாளமாக பார்த்தாள் வளர்மதி. அவளின் பார்வையை நான் கவனித்து விட்டேன்.

பாடல் முடிந்து, கொசு வலை போர்த்திய கட்டிலில் படுத்திருக்கும் கஜோல், அருகிலிருக்கும் பொம்மையை

பார்ப்பார். ஆணும் பெண்ணும் திருமண உடையிலிருக்கும் அந்த பொம்மை ஆடுவது போல காட்சி அமைக்கப்பட்டிருக்கும். கஜோல் காதல் உணர்வின் உச்சத்திலிருப்பார். பின்னணியில், வெண்ணிலவே வெண்ணிலவே பாடலின் இசைக் கோவை ஒலிக்கும்.

“சன்னியாசியா போறேன்னு சொன்ன பிரியாவுக்கு இப்ப லவ் வந்திடுச்சி” அத்தை திரைக் காட்சிகளை விளக்கினார்.

“*Priya fall in Love* அத்த” நான் எதார்த்தமாக சொன்னேன்.

அப்போது, தீயால் சுட்ட கணத்தை உணர்ந்தவர்கள் போல நானும் வளர்மதியும் பார்த்துக் கொண்டோம்.

“ஓஹோ அந்தப் பிரியா தானா, இந்தப் பிரியா” வளர்மதி ஆச்சரியமாக கேட்டாள்.

கண்களை அகல விரித்து கண்ணங்களைக் குவித்து அப்பாவியாகப் பார்த்தேன்.

வளர்மதி உள்ளே சென்ற கொஞ்ச நேரத்தில், போனில் வெண்ணிலவே வெண்ணிலவே பாடல் ஒலித்தது. அறையில் இருந்த என் போனை எடுக்க எழுந்தேன். அவளது போனில் அவள் பேசிக் கொண்டே என்னைப் பார்த்து கண் சிமிட்டியவளாக வந்தாள். அவளும் அந்த ரிங் டோனுக்கு அடிமையாக, வளர்மதிக்கும் கஜோலே கனவுக் கன்னியாகி விட்டாள்.

தினமணி கதிர், 01.04.2018

அந்திமத் தேடல்

ஊரே கோலாகலமாக இருந்தது. தெரு முழுவதும் விதம் விதமாகப் பாட்டு. வெடிச் சப்தம். பாத்திமா பெத்தாவுக்கு இனம்புரியாத மகிழ்ச்சி.

துருத்திக் கொண்டிருக்கும் எலும்புகளை மூடிய கறுப்புத் தோலை மறைக்க அணிவிக்கப்பட்டிருந்த, மேல் சட்டை தொள தொளவென்றும், கீழாடை கிழிசலை சந்திக்க தயார் என்ற நிலையோடும் பாயில் கிடத்தி வைக்கப்பட்ட தேகம்தான் பாத்திமா பெத்தா.

அழுக்குச் சேர்ந்த தலையணையில், நரைத்த தலைமுடிகள் நைலான் கயிறுகளைப் போல மின்னின.

ஓலைக் குடிசையில் ஒரு மூலையில் படுத்துக்கிடக்கும் பாத்திமா பெத்தாவுக்கு காது அவ்வளவாக கேட்காது. கண் பார்வையும் மங்கிவிட்டது.

“வேணாங்க எனக்கு சொன்னதே போதும், பெத்தா என்ன வரவாப் போறாங்க?” பாத்திமா பெத்தாவின் பேத்தி ஆயிஷா, அவரை வாசலிலேயே தடுத்தாள்.

கதர் வேட்டி சட்டையில், சம்பிரதாயத்துக்காக தோளில் துண்டை தொங்கவிட்டவராக கும்பலோடு வந்தவர், “இல்லம்மா... அம்மாவ பார்க்காம போனா எப்படி? அவங்கள அழைச்சிட்டு போறதுக்கு ஏற்பாடு பண்றேம்மா...” ரொம்பவும் குழைவாகப் பேசினார்.

ஆயிஷாவின் அனுமதிக்கெல்லாம் காத்திராமல் செருப்பைக் கழட்டியவர், கூட்டத்தை தெருவிலேயே அமர்த்தி விட்டு,

தலையை குனிந்து உள்ளே பார்வையை செலுத்தி, மெதுவாக வீட்டுக்குள் வந்தார்.

“அம்மா... எப்படிம்மா இருக்கீங்க...” அவர் கரிசனையுடன் விசாரிக்க, “யாருய்யா நீ?” படுக்கையில் இருந்து எழுந்து உட்கார்ந்த கிழவி கிணற்றுக் குரலில் கேட்டார்.

“நான்தாம்மா தலையாரி காத்தமுத்தோட மூத்த பையன் இசக்கி...” குடும்ப உறவுகளை நீட்டி முழக்கினாலும், பெத்தாவுக்கு ‘தலையாரி’ என்ற வார்த்தையை தவிர வேறு எதுவும் காதில் விழுந்த மாதிரி தெரியவில்லை.

கண்களைச் சுருக்கி, வந்தவரை அடையாளம் கண்டு தோற்றார் கிழவி.

கால்களை நீட்டி ஒன்றன்மேல் ஒன்றாக போட்டு, அண்ணாந்து பார்த்து, பாயில் கையை தட்டி சைகையாலேயே, நின்றிருந்தவரை அமரச் சொன்னார் பாட்டி.

சுறுசுறுப்புக் குறையாத கிழவியின் கைகளை ஆச்சரியத்தோடு பிடித்தார் இசக்கி. ஆனால் அமரவில்லை. குத்துக்காலிட்டப்படி உட்கார்ந்து, “சரி பெத்தா... போயிட்டு வாரேன். நம்ம புள்ளீங்கோ உங்களை பத்திரமா அழைச்சிட்டு வந்து, வீடு வரைக்கும் விட்டுருவாங்க... மறந்திடாம வந்திடுங்க...” என சொல்லிவிட்டு விடைபெற்றார்.

‘வருடா வருடம் நடக்கும் திருவிழாவா? ஊர்ப் பஞ்சாயத்து தலைவர் வீட்டுக் கல்யாணமா? எதுக்காக என்னை கூப்பிடுறாங்க?’

தொண்டைக் குழியில் மூச்சுத் திணறும் அந்திமக் காலத்தில் கூட ஆழ்ந்து சிந்தித்தாள் பாத்திமா பெத்தா.

அடுத்த நாளும் இதே மாதிரியே கும்பல், ஆயிஷாவின் மறுப்பு, பெத்தாவுக்கு விசேஷ அழைப்பு. ஆனால் இன்று வந்தவர் தமிழ் வாத்தியார் ராமசாமி!

பாத்திமா பெத்தாவுக்கு ஓரளவு புரிந்துவிட்டது. வாத்தியார் பொண்ணுக்கும், தலையாரி பையனுக்கும் கல்யாணம் போல... அதான் வந்து கூப்பிடுறாங்க...

❍ ❍ ❍

மணக் கோலத்தில் இருந்த அவளுக்கு ஆயிரம் கனவுகள். அலங்காரத்தையும், ஆபரணங்களையும் மீறி அவளின் வனப்பை அவள் முகத்தை மட்டும் பார்த்து தெரிந்து கொள்ளலாம்.

எதிர்காலம் பற்றிய கனாக்களுடன் குதூகலமாக இருக்கும் அவளைப் பார்க்கும் யாருக்கும், தன்னை அறியாமலேயே மகிழ்ச்சி தொற்றிக் கொள்ளும். அந்தளவுக்கு உவகையும், புன்னகையுமாக காட்சி தந்தாள். அவள் உடல் இங்கே, உணர்வுகள் எங்கெங்கோ...

விரும்பியவனையே மணந்து கொள்வது என்பது எல்லாப் பெண்களுக்கும் வாய்க்கும் பாக்கியமா என்ன? அதிலும் அஜ்மலின் வசீகரப் பார்வையும், சொக்கவைக்கும் பேச்சும் எந்தப் பெண்ணுக்குத்தான் பிடிக்காது. அத்தை மகனை ஆசை ஆசையாய் காதலிப்பது கன்னித்தன்மையின் கூடப்பிறந்த சுபாவமோ? அஜ்மல்... அஜ்மல்... அவள் இதயம் படபடத்தது.

இந்நேரம் பள்ளிவாசலில் நிக்காஹ் சம்பிரதாயங்கள் நடந்து முடிந்திருக்கும், திருமணப் பதிவேட்டில் என்னிடம் கையெழுத்து வாங்கிவிட்டுப் போய் நேரம் ஆயிடிச்சே... ஏன் என் அருகில் இன்னும் வரவில்லை? நண்பர்களின் வாழ்த்து மழையால் அஜ்மல் தாமதிக்கிறானா? என்னைப் போன்று அவனுக்கும் ஆசைகள் இருக்கத்தானே செய்யும்... வளைய வளைய வந்து காதல் பேசினானே...

அஜ்மல்... அஜ்மல்... மனதில் அவன் பெயரை உச்சரித்து, உச்சரித்து, புன்னகை அவள் இதழோரம் தவழ்ந்தது.

“ஏய்... பாத்திமா... என்ன நாங்க பாட்டுக்கு பேசிட்டிருக்கோம்... எதையும் கண்டுக்காம இருக்க... அஜ்மல் ஞாபகத்துல இருக்கியா... அதான் இன்னயோட அவன அடக்கி ஆளப் போறீயே... பாவம் அஜ்மல்” பாத்திமாவைச் சுற்றியிருந்த உறவுக்கார பெண்களில்

ஒருத்தி சொல்ல... எல்லா மங்கைகளும் கொள்ளெனச் சிரித்தனர். பாத்திமாவின் வெட்கமோ வெட்கப்பட்டது.

முற்போக்கு சிந்தனை கொண்ட அஜ்மல், சல்லி காசு வரதட்சனை வாங்காமல், ரொம்ப எளிமையாக பாத்திமாவை கைப்பிடிக்க முடிவு செய்திருந்தான். குடும்ப கௌரவம், ஊரில் நாலு பேரு நாலுவிதமாப் பேசுவாங்க... இப்படியான வழக்கமான சாக்குப் போக்குகளையெல்லாம் கவனத்தில் கொள்ளாமல், தன் விருப்பப்படி, தான் விரும்பியவளை மணம் முடிக்க தயாரானான். ஆனால் இதில் பாத்திமாவுக்கு உடன்பாடில்லை. இப்படி திருமணம் நடப்பதில் பாத்திமாவுக்கு சற்று வருத்தம்தான்.

ஆற்று மணலை வீட்டு வாசலில் பரப்பி, கலியாண வீடு என தெருவிலேயே தனித்து தெரிவதை அவள் சிறு வயதிலிருந்தே பார்த்து வளர்ந்திருக்கிறாள். வீட்டு வாசலில் ஓலைகளால் தற்காலிக பந்தல் வேயப்படும். வெள்ளை வெளேரென்ற வேட்டி துணியை, கருவேல மரங்களின் முட்களால் குத்தி இணைத்து அந்த ஓலைப் பந்தலை மறைத்து, கலியாண வீடு தயார் என அந்த வீதிக்கே அடையாளம் காட்டுவதை பாத்திமா ரசிப்பாள்.

தெருவில் பாவிய ஆற்று மணலில் ஊன்றப்பட்ட, பந்தல் கம்புகளைச் சுற்றி சுற்றி தோழிகளுடன் விளையாடுவது கலியாண வீடுகளில் சிறு பிள்ளைகளுக்கு குதூகலம்.

தீப்பந்தம் ஏந்தி, மாப்பிள்ளையை வீதி வீதியாக அழைத்துப் போய் உறவினர் வீடுகளின் வாசலில் நின்று, சடங்குக்காக கொஞ்சமேனும் பால் அருந்தி ஊர்வலமாக வருவது வழக்கம்.

வசதி படைத்த வீடுகளில் மாப்பிள்ளையை குதிரையில் வைத்து வீதிவலம் வருவதை, பெரிய மனுஷியான பின் பாத்திமா, ஜன்னல் வழியாக பார்த்திருக்கிறாள்.

இதெல்லாம் அவள் திருமணத்தில் இல்லை. ஆடம்பரமான விருந்து உபசாரம் இல்லை, மாலை மரியாதை இல்லை. வீதிஉலா இல்லை.

அழகான வெள்ளை குர்தா ஒன்றில் இளமை கொப்பளிக்க எளிமையாக இருந்தான் மணமகன் அஜ்மல். யாரும் இதை திருமணம் என்று சொல்ல மாட்டார்கள். இந்த மாதிரி ஏற்பாடென்றால் திருமணம் செய்யாமல் இருப்பதே மேல் என்று இளைஞர்கள் நினைக்க கூடும். ஆனால் ஊரில் யாரும் அப்படி சிந்திக்கவில்லை.

அஜ்மலுக்கு கல்யாணமா... அது இப்படித்தான் இருக்கும். அதைத் தானே அவன் பிரச்சாரம் செய்தான். அவன் சொன்னபடியே செய்தும் காட்டுகிறான் என்றே ஊரில் அனைவரும் பேசிக்கொண்டனர்.

வீட்டுக்கு அருகில் உள்ள பள்ளிவாசலில் மாலை நேர 'அஸர்' தொழுகைக்குப் பின் நிக்காஹ். ஊர் பெரியவர்கள், மௌலவி, உறவினர்கள், நண்பர்கள் என பள்ளிவாசல் வளாகம் நிரம்பி வழிந்தது. பள்ளிவாசலுக்கு பின்னாலுள்ள தெருவில் பெண் வீட்டிலேயே உறவினர்கள் சூழ மணப்பெண் பாத்திமா அமர்ந்திருந்தாள்.

பள்ளிவாசலில் பெரியவர்களின் வாழ்த்துரைக்குப் பின், பிரார்த்தனையுடன் எளிமையாகவும், விரைவாகவும் திருமண வைபவம் முடிந்தது. திருமணத்திற்கு வந்து வாழ்த்திய உறவினர்கள், ஜமாத்தினர்களுக்கு அஜ்மலின் நண்பர்கள், நன்றி நல்கினர்.

"எங்களின் அழைப்பை ஏற்று திருமணத்திற்கு
வருகை தந்து மணமக்களை வாழ்த்தியமைக்கு
நன்றி... நன்றி... நன்றி...
தெரிவித்து மகிழ்வோர்
தமிழ் வளர்ச்சி மன்ற நிர்வாகிகள்..."

இப்படி அவர்களின் நன்றி அறிவிப்பு இருந்தது.

திருமணத்தில் கலந்து கொண்டவர்கள் அனைவரும் அஜ்மலோடு சென்று மணமகள் இல்லத்தில் கொண்டு போய் விட்டனர். வாசலில் போடப்பட்டிருந்த இருக்கைகளில் நண்பர்கள் குழாமுடன் அமர்ந்து, புதுமாப்பிள்ளை அஜ்மல் அரட்டை அடித்துக் கொண்டிருந்தான் தன்னை காண ஒருத்தி ஆசை

ஆசையாய் தவித்துக் கொண்டிருப்பது தெரியாமல்! உறவினர்கள் ஒவ்வொருவராக களைய, பாத்திமாவுக்கு கோபம் கோபமாய் வந்தது.

திருமணம் முடிந்த கையோடு மணப்பெண்ணை - மனைவியை பார்க்க வராத மனுஷன் என்ன ஆம்பளை...? அப்படி என்ன நட்பு வேண்டிக் கிடக்கு...? இப்படிச் சிந்தித்தாலும் ஆசையும், காதலும் அவளது கோபத்தை கட்டுப்படுத்தின.

சூரியன் மறையும் வேளையில் தொழும் தொழுகை, இரவுத் தொழுகை என எல்லாம் முடித்துவிட்டு, இரவுச் சாப்பாட்டு நேரத்துக்குத் தான் அஜ்மல் வீட்டுக்கு வந்தான்.

மருமகனின் போக்கு மாமா-மாமிக்கு தெரியுமென்பதால், யாரும் எதுவும் சொல்லவில்லை. மணமக்கள் இருவரும் ஒன்றாக அமர்ந்து உணவருந்தினர். அவனைக் கண்டதும் அவளின் கோபம் மெல்ல மறைந்தது. விரும்பியவனுடன் இனி வாழ்நாள் முழுவதும் ஒன்றாக வாழப்போகிறோம் என்ற நினைப்பே அவளை சாந்த சொரூபியாக்கியது.

முதலிரவு. லாந்தர் விளக்குகள் அணைக்கப்பட்டன. அம்புலியின் சிரிப்பு ஒளிக் கிரணங்களாய் சாளரம் வழியே பாய்ந்து, உயிர் ஜனிக்கும் அறையை நிரப்பியது.

பாத்திமா கேட்டே விட்டாள். “ஏங்க... திருமணமான முதல் நாளே இப்படி இருந்தா எப்டீங்க... எவ்வளவு ஆசையாய் நான் காத்திருந்தேன்... நீங்க வருவீங்கன்னு சொந்தக்காரங்க எல்லாம் எவ்வளவு நேரம் தாமதிச்சாங்க தெரியுமா... ரெண்டு பேரையும் மணக்கோலத்தில் ஒன்னா நிக்க வைச்சுப் பாக்க எவ்வளவு ஆசைப்பட்டாங்க... அவங்கள விடுங்க... எனக்கு எவ்வளவு ஆசையா இருந்துச்சு தெரியுமா?”

ஏக்கமும், கோபமும் கலந்த பாத்திமாவின் வார்த்தைகள் முதலிரவு அமைதியை குலைத்தது.

பாத்திமாவின் சிவந்த கன்னங்களை பார்த்து திக்கித்து போனான். அழகிய இளம் பெண்ணின் கோபமும் எவ்வளவு அழகு... அதிசயித்த அஜ்மலுக்கு என்ன சொல்வதென்று தெரியவில்லை.

பாத்திமாவின் உணர்வுகளைப் புரிந்து கொண்ட அஜ்மல், அவளின் விரல்களை மென்மையாக நீவி விட்டு, பேச்சில் மயக்க முயன்றான்.

“பாத்தி... நான் தமிழ் வளர்ச்சி மன்றத்துல நிர்வாகியா இருக்கேனா, நிறைய நண்பர்கள்... அதனாலதான் சீக்கிரம் வரமுடியலை... இந்த மாதிரி சின்ன சின்ன விஷயங்களையெல்லாம் நீ என்ட்ட இருந்து எதிர்பார்க்க மாட்டேன்னு நான் நம்புறேன்...”

பாத்திமாவின் கோபம் அஜ்மலை பேசவிடாமல் தடுத்தது. மௌனம் பேசத் தொடங்கியது. கோபமா? தாபமா? அந்த அறையில் அமைதி விவாதத்தில் ஈடுபட்டது.

“உங்களோட வேலைகள்ல நான் உங்களுக்கு எப்படி உதவனும்...” அமைதி நடத்திய விவாதத்தில் வென்றாள் பாத்திமா.

இந்த வார்த்தைகளைக் கேட்ட அஜ்மல் கொஞ்சம் தைரியத்துடன், தன்னுடனான வாழ்க்கை, எதிர்காலம் குறித்து அவளிடம் விரிவாக பேசினான்.

“தேச விடுதலைக்காக நாம நிறைய தியாகங்கள் செஞ்சிருக்கோம். சுதந்திரக் காற்றை சுவாசிக்க ஆரம்பிச்சு நாலஞ்சு வருஷந்தான் ஆச்சு... தமிழ் பேசி வாழும் நாம், இந்த பிரதேச வளர்ச்சிக்காக எவ்ளோ செஞ்சிருக்கோம். நல்ல தமிழ்ல பேசுறோம்... ஆனா எழுதும் போது மட்டும் அரபியில் எழுதி, அதை வாசிக்கும் போது தமிழ் உச்சரிப்பு வர்ற மாதிரி ‘அரபு தமிழ்’ல எழுதறோம். ஏன் இப்படி?”

தான் சொல்லக் கூடிய கருத்துக்கள் பாத்திமாவுக்கு புரிகிறதா என்று பார்த்தான். மல்லிகைப்பூ வாசத்துடன் தமிழ் வாசமும் அந்த அறை முழுவதும் கமழ்ந்தது. அவள் உன்னிப்பாக கவனிப்பதால் உற்சாகமடைந்த அஜ்மல், இன்னும் நிறைய பேசினான்.

“‘அரபு தமிழ்’ல எழுத வேண்டாம் என்றோ, அதற்கு எதிராகவோ நான் பேசவில்லை. தமிழ் மொழியில இஸ்லாமிய கருத்துக்களை வெளிப்படுத்த முடியாதா என்ன? இஸ்லாமிய இலக்கியங்கள் மூலம் தமிழ் மொழியை வளப்படுத்த முடியாதா என்ன... இப்படிப் பேசுவதால், நான் இஸ்லாத்துக்கு விரோதமானவன்னு

நீ நினைச்சிக்க வேண்டாம்... நம்ம திருமணம் கூட இஸ்லாம் காட்டிதந்த வழியில் எளிமையாகத் தான் நடந்திச்சு..."

இடையில் குறுக்கிட்ட பாத்திமா, "வேற மொழி பேசறவங்கள உங்களுக்கும், உங்க அமைப்புக்கும் பிடிக்காதோ" என்று கேட்டாள்.

"அய்யோ... அப்படியெல்லாம் இல்லேம்மா... மொழிப் பாகுபாடு எங்க நோக்கமில்ல... எல்லா மொழி பேசறவங்களும் நம்ம சகோதரர்கள் தான்... முஸ்லிம்கள் நல்ல தமிழ் பேசி அவங்களும் வளரணும், தமிழையும் வளர்க்கணும் அவ்வளவுதான்... அதுக்கு தான் நான் தமிழ் வளர்ச்சி மன்றத்துல தீவிரமா செயல்பட்டுக்கிட்டிருக்கேன்..."

அந்த இரவில் அவர்களின் உரையாடல் இப்படியாக முடிந்தது. ஆனால் மணக்கோலத்தில் தன்னைப் பார்க்க வேண்டும், இருவரும் ஒன்றாக அந்த கணத்தை ரசித்து துய்க்க வேண்டும் என்ற பாத்திமாவின் ஏக்கம் அஜ்மலை உலுக்கியது.

இனிமையாக நகர்ந்த இல்லற வாழ்க்கையின், பல்வேறு சந்தர்ப்பங்களில் தனிமையில் இருக்கும் போது அஜ்மல் இதைப் பற்றிச் சிந்தித்தான்.

திருப்பிக் கொடுக்கும்படியான ஒன்றை இழந்திருந்தால், என்னவளுக்காக என்ன பாடுபட்டேனும் திருப்பி கொடுத்துவிட முடியும். கொடுத்து விடுவேன்... ஆனால் அவள் விரும்பிய அந்தக் கணத்தை என்னால் திரும்பிக் கொடுக்க முடியுமா? இதற்காக இன்னொரு முறை திருமணம் செய்து கொள்ளவா முடியும்...?

பாத்திமாவே மறந்துவிட்ட அந்த தருணத்தை, இழந்த அந்த நிமிடங்களை, அனுபவிக்காமல் கழித்த அந்தக் கணத்தை நினைத்து நினைத்து ரொம்பவே வருத்தப்பட்டான் அஜ்மல்.

இதற்காக பல தடவை பாத்திமாவிடம் மன்னிப்பும் கேட்டிருக்கிறான். இப்படி மன்னிப்பு கேட்கும்போதெல்லாம், ஏன் இதை கணவனிடம் சொன்னோம் என்று ரொம்பவே வருத்தப்பட்டாள் பாத்திமா.

நண்பர்களிடமும், உறவினர்களிடமும் இதைப் பகிர்ந்து கொண்ட அஜ்மல், முற்போக்கு சிந்தனை, எளிமை, வெங்காயம் என்றெல்லாம் திருமணம் முடிந்த அந்த சில நிமிடங்களை, மனைவியுடன் கழிக்கும் சுகானுபவத்தை அனுபவிக்காமல் விட்டுவிட வேண்டாம் என்று சொல்வது வாடிக்கையாகி விட்டது.

அஜ்மல் இப்படி புலம்பினான் என்றால், அந்த இழப்பை, திரும்ப மீட்டிப் பார்க்கவே முடியாத அந்த தருணத்தை தவற விட்டதை நினைத்தும், அதற்காக அஜ்மல் வருந்துவதை நினைத்தும் உள்ளுக்குள்ளேயே புழுங்கினாள் பாத்திமா.

❍ ❍ ❍

அஜ்மல் தன்னை முழுவதுமாக தந்து இயங்கி வந்த அமைப்பு, அதனுடைய கொள்கைகளுடன் ஒத்துப் போகும் அரசியல் கட்சி ஒன்றுடன் அந்த சமயத்தில் தேர்தல் கூட்டணி வைத்தது. தேசத்தின் முதல் பொதுத் தேர்தலில் அஜ்மல் தீவிரமாகப் பிரச்சாரம் செய்தான்.

அஜ்மல் - பாத்திமாவின் வாழ்க்கை ஒப்பந்தம் இனிமையாக கழிந்ததற்கு சாட்சியாக அவள் விரைவிலேயே தாய்மைப் பேற்றை அடைந்தாள். கர்ப்பமடைந்த பாத்திமாவை உள்ளங்கையில் வைத்து தாங்கினான் அஜ்மல்.

பாத்திமாவுக்கு இடுப்பு வலியெடுத்தது. அருகில் அஜ்மல் இல்லை. தேர்தல் பிரச்சாரத்துக்காக சென்றிருந்தான். மருத்துவச்சிகளின் கடுமையான போராட்டத்துக்குப் பின் இரட்டைக் குழந்தை பிறந்தது. ஆண் குழந்தை ஒன்றும், பெண் குழந்தை ஒன்றும் பிறந்தது. மூன்றாவதாக பாத்திமாவும் மறுபிறப்பெடுத்தாள். ஆண் குழந்தை பிறந்த கொஞ்ச நேரத்திலேயே இறந்தது.

❍ ❍ ❍

இதை எப்படி பாத்திமாவிடம் சொல்வது? உறவினர்கள் பரிதவித்தனர். ஆனால் அந்தச் செய்தியை பாத்திமாவிடம் சொல்லாமல் இருக்க முடியுமா? எல்லோரும் ஒப்பாரி வைத்தனர். வீடே அல்லோல கல்லோலப்பட்டது. வேறு

வழியில்லை. மறைக்க முடியாது. சொல்லித் தான் ஆக வேண்டும்.

"பாத்தி... பாத்தி... அஜ்மல்..."

"அவருக்கு சொல்லிட்டீங்களா..." கண்களை திறக்காமல் முனகினாள். பாத்திமாவைச் சுற்றியிருந்தவர்கள் விசும்பலுடன் எதுவும் பேசாமல் இருந்தார்கள்.

"இல்ல பாத்தி... அவரு தேர்தல் பிரச்சாரத்துல தீக்குளிச்சு இற..."

"ஓ..."

ஒப்பாரிச் சத்தம் அங்கு நிலவிய அமைதியைக் குலைத்தது. "என் புருஷனுக்கு என்னாச்சு..." வீடு குலுங்கும்படி அலறிய பாத்திமா மூர்ச்சையானாள்.

❍ ❍ ❍

கண் விழித்த பாத்திமா பெத்தா, தன் இல்லற வாழ்க்கையின் பசுமையான நாட்களை நினைத்து பெருமூச்சு விட்டாள்.

அதிகாலையில் கண்ட கனவைப் போல அஜ்மலுடன் வாழ்ந்த வாழ்வை உணர்ந்தாள். அவனோடு இருந்த காலம் கொஞ்சம் தான் என்றாலும், அந்த நினைவுகளோடே இறுதி வரை வாழ்ந்துவிட்டாள்.

கைக் குழந்தையோடு பட்ட பாடு... அவளை வளர்த்து ஆளாக்க போராடிய போராட்டம்... யாரோ தீக்குளிக்க, அதைத் தடுக்கப் போய் அஜ்மல் உயிரை விட்டது... நினைக்க நினைக்க பாத்திமாவுக்கு நெஞ்சுக்குழி அடைத்தது.

ஆனாலும் இப்போதும் அந்த மனக்குறை அவளிடம் இருக்கத்தான் செய்தது. மணக் கோலத்தில் அவர் என்னருகில் இல்லாமல் போனாரே... அதற்காக அவர் எப்போதும் வருந்தினாரே... அப்பப்பா... அந்த தருணத்தில் அஜ்மல் என் அருகில் இருந்து இனிமையாக கழித்திருந்தால் கூட அது அன்றோடு மறந்து போயிருக்குமே...

ஆனால் தவிக்கவிட்டு, அதை இன்று வரை மீட்டிப்பார்க்க வைத்து கடந்த காலத்தை அசைப்போட்டுக் கொண்டே இருக்கச் செய்தது தான் வாழ்க்கையின் சூட்சுமமா...? ரசித்தாள் கிழவி பாத்திமா பெத்தா.

திருமணம் முடிந்த அடுத்த விநாடிகளில் மணமக்கள் இருவரும் ஒன்றாக இருப்பதை, அதன் பிறகு அவள் வேறு எங்கும் காணவில்லை. மகள், பேத்தி திருமணங்களில் கூட வேளைப்பலு காரணமாக மணமக்களை கவனிக்க இயலவில்லை. உறவினர்கள் இல்ல திருமண வைபவங்களிலும் அதற்கான வாய்ப்பு கிட்டவில்லை. ஆனால் இப்போது பாத்திமாவுக்கு அந்த ஆவல் அதிகரித்தது.

புதுமணத் தம்பதிகளின் புன்சிரிப்பையும், குதூகலத்தையும், மகிழ்ச்சியையும் பார்க்க வேண்டும். அந்த இடத்தில் இளமையான அஜ்மல் - பாத்திமா தம்பதிகளை பொருத்திப் பார்க்க வேண்டும்... அஜ்மல்... அஜ்மல்... ஏங்கினாள் கிழவி பாத்திமா.

ஆவல் அதிகமாக அதிகமாக வாழ்க்கை அர்த்தமுள்ளதாகியது.

நல்ல தமிழில் எழுதுவதற்கு இந்த சமூகம் தேர்ந்துவிட்டதை எண்ணினாள்... 80 வயதில் என் சின்ன ஆசையும், அஜ்மலின் பெரிய ஆசையும் நிறைவேறும் தருணம் வந்துவிட்டதாகவும் உணர்ந்தாள்...

தமிழ் வாத்தியார் ராமசாமி பொண்ணுக்கும், தலையாரி காத்தமுத்தோட மூத்த பையன் இசக்கிக்கும் நடக்கும் கலியாணத்தில் முன்வரிசையில் உட்கார வேண்டும்... எங்கேயும் செல்லாமல் மணமக்கள் மகிழ்ச்சியில் திளைக்கும் கணங்களை கண்குளிர காண வேண்டும்... அஜ்மல்... அஜ்மல்... தான் இளமைக்கு திரும்பிவிட்ட உற்சாகத்தில் பரவசமடைந்தால் கிழவி பாத்திமா பெத்தா.

அந்த நாளும் வந்தது. ஊர்ப் பள்ளிக் கூடத்துக்கு பெத்தாவை அழைத்துப் போகிறார்கள்.

‘வாத்தியார் பொண்ணு கல்யாணமில்ல... அதான் பள்ளிக் கூடத்துல விருந்து வைக்கிறாங்க போல...’ மனதுக்குள் நினைத்த பாத்திமா பெத்தாவின் சிந்தனை தெளிவாக இருந்தது.

வகுப்பறைக்குள் தூக்கிச் செல்லும் போது ஒருவன் பெத்தாவின் காதில் ஓதினான்.

“ஏலே கிழவி...! சொன்ன மாதிரி நாங்க தான் உன்னை தூக்கியாந்தோம். அதனால எங்க தலைவரு நிக்கிற சின்னத்தை பார்த்து ஓட்டைக் குத்திப்புடு... மறந்திடாதே பெத்தா...”

தினமணி கதிர், 28.03.2021

பருவகால பக்தி

காலைப் பத்திரிகைகளை புரட்டிக் கொண்டே நேரம் கடத்தினேன். பேருந்து நடந்தது. உஷ்ணக் காற்று பேருந்துக்குள் பரவப், பரவ நடத்துனர் தனது எரிச்சலை பயணிகளிடம் வெளிப்படுத்தினார். வியர்வையில் கசகசத்த பயணிகள் யாரைத் திட்டுவது எனத் தெரியாமல் முனங்கினர்.

ஆசிரியரின் அழைப்பால் மொபைல் இன்னிசைத்தது.

“மவுண்ட் ரோடு தாண்டிட்டேன்... ஹெவி டிராஃபிக்... வந்துடுறேன் சார்...”

அவரைப் பார்த்து விட்டு, அசைன்மெண்ட்டுக்குச் செல்ல அறிவுறுத்தினார்.

பத்திரிகையில் மீண்டும் துழாவினேன். நேற்று சென்னையில் ஏதாவது செய்தி எடுக்காமல் விடுபட்டு போயிருக்கா... புதிதாக ஏதாவது ஸ்டோரி ஐடியா கிடைக்காதா என அந்தத் தினசரியின் பக்கங்களில் நுனிப்புல் மேய்ந்தேன்.

ஒரு வழியாக போக்குவரத்து நெரிசலைத் தாண்டி, அலுவலகம் வந்து சேர்ந்தேன்.

நிர்வாக ஆசிரியரின் அறையில் ஆசிரியர்கள், உதவி ஆசிரியர்கள் எனக்காக காத்திருந்தனர்.

“வாங்க... மிஸ்டர் ஃபால்ஸ்... எவ்வளவு நேரம் நாங்க உங்களுக்காக வெயிட் பண்றது...”

நான் பதில் சொல்லாமல் இருக்கையில் அமர்ந்து, டைரி, பேனாவை பேக்கிலிருந்து எடுத்து டேபிளில் வைத்தேன்.

“இன்னிக்கு தினமணி பார்த்தீங்களா...”

அங்கிருந்த செய்தி அறைப் பணியாளர்கள் அனைவரும் வாசித்ததாக தலையை ஆட்டினர்.

“அந்த விளம்பரத்த பார்த்தீங்களா...”

எந்த விளம்பரத்தைப் பற்றி இவர் கேட்கிறார்? என்ற சந்தேகத்துடன் ஒவ்வொருவரும் தங்கள் அருகில் இருந்தவர் முகத்தைப் பார்த்தோம்.

“தினமணில ரம்ஜான் மலர் பத்தி விளம்பரம் வந்திருக்கு... இன்னொரு பேப்பர்ல, இப்பவே ரம்ஜான் ஆஃபர் விளம்பரம் வந்திருக்கு...”

“ரம்ஜான் ஆரம்பிக்க இன்னும் ஒரு வாரம் இருக்குல்ல?” கேட்டுக் கொண்டே, சுற்றி அமர்ந்திருந்த எங்கள் மீது வட்ட வடிவில் பார்வையை படர விட்டார் நிர்வாக ஆசிரியர்.

நாமும் ரம்ஜானுக்கு நிறைய ஸ்டோரி ஒளிபரப்ப வேண்டும் என்று கட்டளையிடும் தொனியில், என்ன செய்யலாம் என வினவினார்.

“இதுல என்ன சார் ஸ்டோரி ஆங்கிள் இருக்கு? இது வருஷா வருஷம் வர்ற பண்டிகை தானே...” தொடக்கத்திலேயே மறுக்கும் விதமாக அழுத்தமாகச் சொன்னேன்.

“பொய்... உங்க சிவப்பு கண்ணாடிய கழட்டுங்க...” வழக்கம் போல கிண்டலாகச் சிரித்தார் சீஃப் ரிப்போர்ட்டர் லெனின்.

“நீங்க சொல்றது ஓகே மிஸ்டர் ஃபால்ஸ். ஆனா புது சேனலான நாம, இப்பத்தானே முதல் தடவையா ரம்ஜான அட்டெண்ட் பண்றோம்... ஏன் ஏதாவது செய்யக் கூடாது...? முஸ்லிம்கள் மத்தியில சேனல் பிரபலம் ஆகும்ல...”

“ஆமா சார்... நான் ஏற்கனவே வேலை செஞ்ச சேனல்ல, அங்கயும் புதுசா ஆரம்பிச்ச நிலையில, ரம்ஜானுக்கு நிறைய ஸ்டோரி பண்ணினோம். நல்ல ரீச் சார்...”

மூத்த ஆசிரியர் பி.கே. நிர்வாக ஆசிரியரின் ஆலோசனையை ஆமோதித்தார்.

"மதம் சம்பந்தப்பட்டது. நோன்பு வைப்பது ஒரு வழிபாடு சார்ந்த விஷயம். இதுல என்ன ஸ்டோரி லைன் இருக்கப் போகுது பி.கே. சார்..." நான் மீண்டும் என் கருத்தை கேள்வியாக ஆலோசனைகளை எதிர்பார்த்து முன்வைத்தேன்.

"பொய்... இத நாம சாதாரணமான மதம் சம்பந்தப்பட்டதுனு மட்டும் பார்க்க வேண்டியதில்லை. தீபாவளியைக் கூட இப்படி நாம பார்க்கலாம்... ஆனா துணி விற்பனை, கடைகளில் கூட்டம், போக்குவரத்து நெருக்கடி... இந்த மாதிரி ஏதாவது செய்தி போடத்தானே செய்றோம்... அதே மாதிரி ரம்ஜானுக்கும் ஒளிபரப்பலாம்..."

"வெறுமனே துணி வியாபாரம்னு வழக்கம் போல இல்லாம, ஏதாவது வித்தியாசமான ஸ்டோரி ஐடியா கிடைக்குதான்னு களத்துல விசாரிங்க பொய்யாது..." பாந்தமாகக் கேட்டார் சீனியர் எடிட்டர் கலை.

"ஓ.கே. சார் அப்ப பண்ணலாம்."

"என்ன மாதிரி ஸ்டோரி ஐடியா இருக்கு பொய்?" சீஃப் ரிப்போர்ட்டர் லெனின் டைரியில் எதையோ குறித்துக் கொண்டே என்னிடம் கேட்டார்.

"குறிச்சிக்குங்க லெனின்... ட்ரிப்லிகேன்ல உருது முஸ்லிம்கள் மத்தியில பிரபலமான டிஷ் ஒண்ணு இருக்கு... பேரு எனக்கு ஞாபகத்துக்கு வரல... அதப் பத்தி ஸ்டோரி பண்ணச் சொல்லுங்க... அப்புறம் நோன்புக் கஞ்சி எப்படி செய்றாங்கன்னு ஒரு கேஸ் ஸ்டடி பண்ணலாம்... இதெல்லாம் நியூஸ் சைட்... மார்க்கெட்டிங் சைட்ல பிரியாணி, துணிமணிகள் பத்தி ஸ்டோரி போட்டு, சம்பந்தப்பட்ட நிறுவனங்கள்ட்ட விளம்பரம் வாங்கிடலாம்... ஓகேவா..."

நிர்வாக ஆசிரியர் சொன்ன ஸ்டோரி ஐடியாக்களை நானும் குறித்துக் கொண்டேன். சீஃப் ரிப்போர்ட்டர் லெனின், முடிச்சிடுங்க என்ற பொருள்பட கண்களை மூடித் திறந்தார். மீட்டிங் இந்தளவில் சுபமாக நிறைவடைந்தது.

நான் பணிபுரியும் டிவி சேனல், தொடங்கி ஆறு மாதங்களைத்தான் கடந்திருக்கும். ஆனாலும் பிரபலமான சேனல் என்ற பெயரைப் பெற்று விட்டது. தொழில்நுட்ப பிரம்மாண்டத்தால், மக்கள் மத்தியில் எங்க சேனலும் எளிதில் பாப்புலராகி விட்டது.

நியூஸ் டெஸ்க் ஒரு தொழிற்சாலைக்கு இணையாக செய்திகளை உற்பத்தி செய்து உமிழ்ந்து கொண்டிருந்தது. கைகளும் கண்களும் கணிப்பொறியில் நிலைகுத்திய நிலையில் சப் எடிட்டர்கள் செய்திகளை தயாரித்துக் கொண்டிருந்தனர்.

சப்தம் இல்லாமலே செய்திகளை மூளையில் திணிக்கும் ஸ்குரோலிங் துறை துணை ஆசிரியர்கள், நொடிக்கு நொடி செய்திகளை அள்ளி காற்றில் தூவினர். போனும் காதுமாக இருந்த இன்னும் சிலர், மாவட்ட செய்தியாளர்களிடம் ஊர் நடப்புகளை கேட்டுச் செய்தியாக்கிக் கொண்டிருந்தனர்.

மீட்டிங் முடிந்த கையோடு, நியூஸ் டெஸ்க்கில் இருக்கும் தோழர் அப்துல்லாவிடம் ரம்ஜான் பற்றி கூடுதல் விவரங்களைக் கேட்க வந்தேன்.

“தோழர்... நோன்பு வருது போல” நேரடியாக பேச்சைத் தொடங்க நான் விரும்பவில்லை.

“ஆமா... வழக்கம் போல பெருநாளைக்கு வீட்டுக்கு வந்திடு...”

“அதெல்லாம் நீங்க கூப்பிடத் தேவையில்ல, நானே வந்திடுவேன். எனக்கு இப்ப, நோன்பு பத்தி சொல்லுங்க...”

ஆச்சரியமாகப் பார்த்த அப்துல்லா, “என்ன? திடீர்னு... கறுப்புச் சட்டைக்காரன் முஸ்லிம் பொண்ணு யாரையும் லவ் பண்றானா?” கண்களை கணிப்பொறி முகத்தில் இருந்து விலக்காமல் சிரித்துக் கொண்டே கேட்டார்.

“அப்படியே பண்ணிட்டாலும்... முஸ்லிமா மாறாம எனக்கு கல்யாணம் பண்ணிக் கொடுக்க மாட்டாங்களே உங்க ஆளுங்க...” அங்கலாய்ப்பது போல சொல்லிவிட்டு, “நான் நோன்பு பத்தி ஸ்டோரி பண்ணப் போறேன்... என்ன செய்யலாம்னு கேட்கத்தான் உங்ககிட்ட வந்தேன்...” இப்போது நேரடியாக விஷயத்துக்கு வந்தேன்.

“நோன்பு பத்தி அடிப்படையில உனக்கு என்னென்ன தெரியும்?”

மற்ற மதங்களின் விழாக்கள், நம்பிக்கைகள் பற்றி அடிப்படையை மட்டுமல்ல, விரிவாகத் தெரிந்து வைத்திருப்பவர் அப்துல்லா. அவர் இந்தக் கேள்வியை என்னிடம் கேட்பார் என எதிர்பார்த்தேன். முன்பு பலமுறை என்னிடம் சொல்லியிருக்கிறார்: ஒரு செய்தியாளன் என்பவன், ஒரு சமூகவியலாளன். அதனால் சமூகங்களைப் பற்றிய புரிதல் செய்தியாளனுக்கு அவசியம் தேவை.

“குர்ஆன் படிச்சிருக்கேன். மறைவான நம்பிக்கைகள் சார்ந்த இஸ்லாத்தின் கொள்கைகளில் எனக்கு உடன்பாடு இல்லையென்றாலும், அதன் சமூக பொருளாதார கொள்கைகளை ஆதரிக்கிறேன்” அவர் கேட்ட கேள்விக்கு என் கொள்கை சார்ந்து பதில் சொன்னேன்.

“கேட்ட கேள்விக்கு பதில் சொல்லு…”

“ம்… நோன்புன்னா, காலையிலேர்ந்து, சூரியன் மறையும் வரை எதுவும் சாப்பிடமா இருக்கிறது… தண்ணி கூட குடிக்காம இருக்கணும்…”

“ஓகே… வேற என்ன தெரியும்…?”

“நோன்பு திறக்க பள்ளிவாசல்ல சிறப்பு ஏற்பாடு செய்வாங்க… நைட்ல விசேஷமா தொழுகுறதுக்காக முஸ்லிம்கள் பள்ளிவாசலுக்கு போவாங்க… ஆனா நான் இதுவரைக்கும் பள்ளிவாசல்ல நோன்பு திறக்க போனதில்ல…”

“அப்புறம்…” விடாமல் தொடர்ந்த அவர், இதுவரை கணிப்பொறி முகத்தில் இருந்து என் முகம் பார்க்காமல் கேள்விகளை மட்டும் அடுக்கினார்.

“அப்புறம் என்ன அப்புறம்… நோன்பு முடிஞ்ச அடுத்த நாள் ரம்ஜான் பண்டிகை… ஒரு மாசம் சாப்பிடாம இருந்தவங்கள்ளாம் அதுக்கு பழி தீர்ப்பது போல பிரியாணிய வெட்டுவீங்க… சரியா…”

"யா அய்யுஹல்லதீன் ஆமனூ குதிப அலைக்குமஸ் சியாமு, கமா குதிப அலல்லதீன மின் கப்லிகும்ல அல்லகும் தத்தகூன்"

ஒரு மௌலவியைப் போல, அரபியில் ஏதோ வசனங்களை உச்சாடனம் செய்து கொண்டே அப்துல்லா என் பக்கம் திரும்பினார்.

"முஸ்லிம்கள் கடைபிடிக்க வேண்டிய ஒவ்வொரு கடமைக்குப் பின்னாலும், அது கடைபிடிக்க வேண்டிய காரணத்தை குர்ஆன் விளக்குகிறது. நான் ஓதிக்காட்டிய வசனம் நோன்பு ஏன் வைக்கனும்னு சொல்லுது...."

"தமிழ்ல என்ன சொல்லுது... அதச் சொல்லுங்க சார்..." நக்கலாகக் கேட்டேன்.

"உங்களுக்கு முன்பு இருந்த சமூகத்தினர் மீது நோன்பு கடமையாக்கப்பட்டது போல, உங்கள் மீதும் நோன்பு கடமையாக்கப்பட்டுள்ளது. இதன் மூலம் நீங்கள் இறையச்சமுடையோர் ஆகலாம்..."

"நோன்பு கடைபிடிச்சா இறை அச்சம் வருமா... இறைவனைப் பத்தியே கவலைப்படாத எனக்கு அந்த அச்சத்தப் பத்தில்லாம் கவலை இல்லை... ஆனா இத மனசாட்சின்னு எடுத்துக்கலாமா... மனசாட்சிய சுத்தமா வச்சிக்க நோன்பு உதவும்... அப்படித்தானே..." சிவப்பு வண்ணப் பேச்சில் கொஞ்சம் நகைச்சுவை கலந்தேன்.

"இறைவனைப் பத்தி உனக்கு கரிசனை வேணாம் ஓகே... நல்லதைச் செய்ய உன் மனசாட்சி மட்டும் போதுமா..."

"ஏன்... மனசாட்சியும் தூய பகுத்தறிவும் அதுக்குப் போதாதா..." நானும் விடாமல் தர்க்கித்தேன்.

"பாவங்களைச் செய்ய மனசாட்சி பழகிக்கிடுதே..."

"அப்ப, இறை அச்சம் உள்ள நீங்கல்லாம் பாவம் செய்றதே இல்லையோ..." தோழர் அப்துல்லாவை நையாண்டி செய்வது

போல தலையை ஆட்டிக் கொண்டே இமைகளை அகல விரித்தேன்.

“யாரு இல்லேன்னு சொன்னா... ஆனா, அந்தக் குறைய சரிசெய்யத்தான் நோன்புங்குற மெக்கானிசம் இருக்கு... மக்கிப் போன மனசாட்சிய சரி செய்ய நீ என்ன வச்சிருக்க...”

“மனசாட்சிய செப்பனிடனுமா? எதையுமே திரும்பிப் பார்க்க நேரமில்லாத வாழ்க்கையில ஓடிட்டிருக்கோம். மனசாட்சிங்கிற சிஸ்டம் சரியா இருந்தா, எல்லாம் சரியா இருக்கும். அது சரியா இருக்கான்னு பார்க்க யாரோட மனசாட்சி இடம் கொடுக்கும்? அப்படி இடம் கொடுத்தா நாளை நமதே...” ரஜினியின் வார்த்தைகளில், கமலின் வாக்கியங்களில் என் குரலில் பதில் சொன்னேன்.

செய்தி அறையின் குளுமையையும் இறுக்கத்தையும் தளர்த்தி உற்சாகத்தையும் சூட்டையும் கிளப்பியது இந்த விவாதம்.

“பிரியாணிய சாப்பிட்டோமா... ரம்ஜானுக்கு வாழ்த்துச் சொன்னோமான்னு இல்லாம என்னப்பா ஃபால்ஸ் பேச்ச இழுத்துக்கிட்டு இருக்க...” பி.கே. சார் குறுக்கிட்டு, விவாதத்தின் விறுவிறுப்பை கூட்டும் வகையில் கொளுத்திப் போட்டார்.

ஒரு சின்ன கூட்டம் என்னைச் சுற்றி நின்று வேடிக்கை பார்த்துக் கொண்டிருப்பதை இப்போதுதான் கவனித்தேன்.

“இஸ்லாம் வலியுறுத்துகிற சமூக அமைப்பின் அஸ்திவாரம் குர்ஆன் தான்... முழு மனித சமுதாயமும் அமைதியான, அர்த்தப்பூர்வமான வாழ்க்கையை வாழ குர்ஆன் வழிகாட்டுகிறது. ஆனா, அந்த வழிகாட்டுதல் உண்மையிலேயே பலனளிக்க வேணும்னா ஒரு நிபந்தனை இருக்கு...”

என்னைத் தாண்டி இன்னும் சிலரும் இந்த உரையாடலை உன்னிப்பாகக் கவனிப்பதைப் பார்த்த அப்துல்லா விரிவாகப் பேச ஆரம்பித்தார்.

“ஆமா, குர்ஆனை வாசிச்சிருக்கேன்... உயர்வு, தாழ்வு இல்லாத அதாவது வர்க்க பேதமில்லாத ஒரு சமூகம் பத்தி குர்ஆன் பேசுது... அதுக்கு உம்மா-ன்னு அரபில பேரு... சரியா

அப்துல்லா சார்? ஜக்காத் பொருளதார கொள்கைகூட அந்த பெர்ஃபெக்ட் சிஸ்டத்துல ஒரு அங்கம்தானே... அதெல்லாம் சரி... அதென்ன நிபந்தனை?" நான் வினவினேன்.

"ரொம்ப இண்டரஸ்டிங்கா இருக்கு... குர்ஆனை நான் படிச்சதில்லை சார்... ஆனா படிக்கனும்னு ஆசை இருக்கு சொல்லுங்க... அதென்ன கண்டிஷன்?" இந்த விவாதங்களில் கலந்து கொள்ளாமல், அதேசமயம் செய்தி அடித்துக் கொண்டே கவனித்துக் கொண்டிருந்த இளம் துணை ஆசிரியர் ஆனந்த், இப்போது எங்கள் பக்கம் திரும்பி இந்தக் கேள்வியைக் கேட்டார்.

ரொம்ப நாளைக்குப் பிறகு இஸ்லாத்தைப் பற்றி, அதுவும் தீவிரவாதம் - பயங்கரவாதம் போன்ற அபத்தங்களுக்கு பின்னால் நின்று இஸ்லாம் பற்றி பேசுவதில் இருந்தும் விலகி, வாழ்வியல் குறித்த பயனுள்ள பேச்சாக இது விரிந்தது.

"குர்ஆன் மனிதர்களுக்கு நேர்வழி காட்டுகிறது. இறையச்சமுடையோர்கள் தவிர வேறு யாரும், இதன் மூலம் நேர்வழி அடைவதில்லை - இப்டின்னு குர்ஆன் வசனம் இருக்கு. எந்தச் செயலையும், அதாவது எந்த நல்ல செயலையும் செய்ய, அதனைத் தொடர்ந்து செய்ய இறை அச்சம் ரொம்ப ரொம்ப அவசியம். அதனை உருவாக்குவதற்கான பயிற்சி முறைதான் நோன்பு... குர்ஆன் அருளப்பட்டதாக நம்பப்படும் ரமழான் மாசத்துலதான் நோன்பு பிடிக்கனும்னு, அதாவது இந்தப் பயிற்சிய மேற்கொள்ளனும்னு இஸ்லாம் சொல்லுது..."

ஒரு மதப் பிரசங்கத்தை, பிரச்சார நெடி இல்லாமல், கேட்பவர்கள் எரிச்சலடையாத வண்ணம் நேர்த்தியாக செய்து முடித்தார் அப்துல்லா.

"கடைசி வரைக்கும் என்ன ஸ்டோரி பண்ணலாம்னு சொல்லல..." நான் கோபமாகப் பார்த்தேன்.

"அதை நீயே முடிவு பண்ணிக்க..." என்னை சாந்தப்படுத்தினார் அப்துல்லா.

❍ ❍ ❍

ரமழான் மாதம் தொடங்கியது. முஸ்லிம்கள் மத்தியில் திடீரென அதிகரித்த இறைபக்தியின் வெளிப்பாட்டை மசூதிகளில் கூடும் கூட்டத்தில் பார்க்க முடிந்தது.

நோன்பின் முதல் நாளில், நோன்பு திறக்கும் நிகழ்வை நேரலை செய்தியாக கொடுக்குமாறு நிர்வாக ஆசிரியர் என்னிடம் கேட்டுக் கொண்டார்.

நகரின் பிரதான சாலையில் இருக்கும் பிரபலமான மசூதியில் இருந்து, அங்குள்ள மௌலவியோடு லைவ் வரலாம் என கிளம்பினேன்.

மாலை வேளையில், நோன்பு திறப்பதற்கான ஏற்பாடு பரபரப்பின்றி அந்த மசூதியில் நடந்தது. பள்ளிவாசலில் நுழைந்ததும் நோன்புக் கஞ்சியின் வாசனை வரவேற்றது. ஓங்கி உயர்ந்த இரு மினாராவும், அரைவட்டக் கோளம் போன்ற குவிமாடமும், மறையும் சூரியனின் கிரணங்களால் மின்னின. அந்தக் குவிமாடம் ஒரு முதியவரைப் போலவும் இரு மினாராவும், வானை நோக்கி ஏந்திய இரு கரம் போலவும் தோற்றமளித்தது.

அந்த மாடத்திலிருந்து சடசடத்த புறாக்கள், கும்பலாக என் தலைக்கு மேலே ஒரு வட்டமடித்து பறந்து மீண்டும் மாடத்தில் அமர்ந்தன.

“வாங்க சார்...” எனக்காக காத்திருந்த, அந்தப் பள்ளிவாசலின் மூத்த மௌலவி என்னிடம் நலம் விசாரித்தார்.

என்ன மாதிரியான நேரலை என்பதைக் கேட்டறிந்த அவர், நோன்பு திறப்பதற்காக செய்யப்படும் ஏற்பாடுகளை விவரித்தார். இந்தப் பள்ளிவாசலில் ஐஏஎஸ் பயிற்சி உள்ளிட்ட அரசுப் பணிகளுக்கான தேர்வுகளுக்கு பயிற்சி அளிக்கக்கூடிய மையம் செயல்படுவதாகவும் பெருமையாக கூறினார்.

“நலங்கிள்ளி, நோன்பு திறப்பதற்காக செய்யப்பட்டுள்ள ஏற்பாடுகளையெல்லாம் ஷூட் பண்ணி சீக்கிரமே லைவ் பேக்-க கனெக்ட் பண்ணி ஆஃபீஸ்க்கு அனுப்பிடுங்க...”

கேமராமேனிடம் சொல்லிவிட்டு, பள்ளிவாசலில் என் பார்வையை படரவிட்டேன்.

உட்கார மட்டும் போதுமான அளவு கொண்ட பாய் நீளமாக வரிசை வரிசையாக விரிக்கப்பட்டது. அதன் முன்பாக பிளாஸ்டிக் கோப்பைகள் இடைவெளி விட்டு வைக்கப்பட்டது. இந்த வேலைகளை அந்தப் பகுதியில் இருந்த சிறுவர்கள் உற்சாகமாக விளையாடிக் கொண்டே செய்தனர்.

ஒருவர் கோப்பைகளில் நோன்புக் கஞ்சியை ஊற்றிக் கொண்டே சென்றார். கஞ்சிக்கு அருகிலேயே டம்ளரில் தண்ணீர் ஊற்றப்பட்டது. சிறிய தட்டில் வடை, சமோசா, வாழைப்பழம் வைக்கப்பட்டது. திரைப்படங்களில் காட்சியை ஓடவிடும் போது மனிதர்களின் இயக்கங்கள் வேகமடைவதைப் போல, அடுத்தடுத்து அந்த இடம் பரபரப்பாகியது.

கதிரவன் தன் கிரணக் கைகளை இழுத்துக் கொள்ள, ஒளி குறைந்த காற்றில் மோன நிலை கவிந்தது. தொப்பி அணிந்த, சிறுவர்கள், இளைஞர்கள், முதியவர்கள் பள்ளிவாசலுக்குள் வந்து நோன்புக் கஞ்சி வைக்கப்பட்ட கலயத்தின் முன்பாக அமர்ந்தனர். அவர்களின் முகத்திலும் கண்களிலும் ஒருவித மயக்கம் தெரிந்தது.

கோடை உக்கிரத்தை உடலில் சேர்த்துக் கொண்டு, தாகத்தை தீர்க்க ஏங்கும் நா, நோன்பு திறக்கும் நேரத்துக்காக காத்திருந்தது. இருகரம் ஏந்தி பிரார்த்தனையில் ஆழ்ந்தனர் நோன்பாளிகள்.

நேரத்தைப் பார்த்தேன். நேரலைக்கு தயாராகுமாறு கேமரா மேனை விரட்டினேன். கையை அசைத்து, தூரத்தில் நின்ற மௌலவியை அழைத்தேன்.

பேன்ட் பாக்கெட்டில் இருந்த இயர்போனை எடுத்து, அதன் இடியாப்பச் சிக்கலை அவிழ்த்து காதில் மாட்டி நேரலைக்கு தயாரானேன்.

லைவ் பேக் மூலம், அலுவலக சர்வருடன் கேமராவை இணைத்தோம். போன் மூலம், நிகழ்ச்சி கட்டுப்பாட்டு அறையுடன் நான் இணைந்தேன். கேமரா முன்பு நின்று, மைக் மூலம் ஆடியோவை செக் பண்ணி, தயாரானேன்.

“ஹெட்லைன்ஸ் முடிஞ்சவுடனே உங்க லைவ்தான் எடுக்குறோம்... ரெடியா இருங்க” நிகழ்ச்சி கட்டுப்பாட்டு அறையில் இருந்து போனில் தகவல் வந்தது.

நான் கேமரா முன்பாக தம்ஸ் அப் செய்தேன். மௌலவியை என் அருகில் வைத்துக் கொண்டேன். கேமரா மேனை அருகில் இருந்த குட்டிச் சுவரில் ஏறிக் கொண்டு கையில் வைத்து, கேமராவை இயக்குமாறு கேட்டுக் கொண்டேன்.

டாப் ஆங்கிளில், எனக்கும் மௌலவிக்கும் பின்னாடி நோன்பாளிகள் அமர்ந்திருக்கும் வகையில் ஷாட் வைத்திருந்ததை, கேமரா டிஸ்பிளேவில் நலங்கிள்ளி காட்டினார்.

“ஸ்டாண்ட் பை” நிகழ்ச்சி கட்டுப்பாட்டு அறையில் இருந்து உத்தரவு வந்தது. நான் இப்போது, அலுவலகத்தில் ஸ்டூடியோவில் இருந்த செய்தி வாசிப்பாளருடன் இணைக்கப்பட்டேன்.

“முஸ்லிகளின் புனிதக் கடமையான நோன்பு தொடங்கியுள்ளது. இது தொடர்பான கூடுதல் தகவல்களை நேரலையில் இணைந்திருக்கும் நமது செய்தியாளர் பொய்யாதுவிடம் கேட்கலாம்.”

செய்தி வாசிப்பாளர் பூர்ணிமாவின் குரல், எனக்கு போன் இணைப்பில் இயர்போன் வழி கேட்டது. மதம் சம்பந்தப்பட்ட விஷயம் என்பதால் கவனமாகவும், அதே சமயம் நேயர்களுக்கு புரியாத எதையும் பேசிவிடக் கூடாது என்ற விழிப்போடும் நேரலையை கையாள எனக்குள் உறுதி எடுத்துக் கொண்டேன்.

“பொய்யாது நீங்க இப்ப எந்த இடத்துல இருக்கீங்க... அங்கு நோன்பு திறக்க என்னென்ன ஏற்பாடுகள் செய்யப்பட்டிருக்கு... விரிவா சொல்லுங்க...”

நான் இருக்கும் இடம், பள்ளிவாசல் பற்றிய தகவல்களைத் தெரிவித்து விட்டு, “உலகம் முழுவதும் உள்ள முஸ்லிம்கள், இஸ்லாமிய ஆண்டுக் கணக்கின் ஒன்பதாவது மாதமான ரமழான் மாதத்தில் நோன்பு வைக்கின்றனர். சூரியன் உதிப்பதற்கு முன்பு இருந்து, சூரியன் மறையும் வரை உண்ணாமல், பருகாமல் விரதம் இருக்கின்றனர். 30 நாட்கள் விரதம் இருந்து விட்டு, அடுத்த பத்தாவது மாதத்தின் முதல் நாளில் ரம்ஜான்

பண்டிகையை அதாவது, ஈகைத் திருநாள் என்றழைக்கப்படும் நோன்புப் பெருநாளை கொண்டாடுகின்றனர். இது தொடர்பான கூடுதல் விவரங்களை, இந்தப் பள்ளிவாசலின் தலைமை இமாமான ஜாஃபர் பாகவியிடம் கேட்கலாம்...”

“ஜாஃபர்... உங்களுக்கு அட்வான்ஸ் பெருநாள் வாழ்த்துக்களை எங்கள் சேனல் சார்பாக தெரிவித்துக் கொள்கிறேன்...”

“நன்றி” மௌலவி கண்களில் சிரித்தார்.

“ரமழான் மாதம் தொடங்கிவிட்டது. பள்ளிவாசலுக்கு வருபவர்களின் எண்ணிக்கை அதிகரித்திருக்கிறது. இது வழக்கமான ஒன்றுதான்... ஆனால் சாதாரண நாட்களில் இப்படி கிடையாதே... என்ன காரணம்?”

இந்தக் கேள்வியை அவர் எதிர்பார்க்கவில்லை. நோன்பின் மாண்புகள், அதன் தாத்பரியம் பற்றி கேட்பேன் என அவர் எதிர்பார்த்திருந்தார்.

“நீங்கள் கேட்கும் கேள்வி, தினந்தோறும் ஐந்து நேரம் பள்ளிவாசலுக்கு தொழுக வரும் முஸ்லிம்களிடத்திலும் உண்டு. தினமும் தொழுகாதவர்கள், பள்ளிவாசல் பக்கம் வராதவர்கள் ஏன், இந்த நோன்பு மாசத்தில மட்டும் வர்ராங்க...? எளிமையான பதில்தான்... இந்த மாதத்திலாவது இறைவனுடனான தொடர்பை அதிகப்படுத்திக் கொள்வோம். மற்ற வேலைகளை முன்பின்னாக்கிக் கொண்டு, தொழுகுவதற்காகவும், குர்ஆன் ஓதுவதற்காகவும் பள்ளிவாசலுக்கு வரலாம் என்பதுதான் முஸ்லிம்களுடைய எண்ணமாக இருக்கிறது. ஆனால், இந்த நடைமுறையை இஸ்லாம் இந்த வடிவத்தில் விரும்பவில்லை. நோன்பு மாதத்தில் எடுக்கும் பயிற்சியை மற்ற 11 மாதங்களிலும் செயல்படுத்த வேண்டும் என்றுதான் எதிர்பார்க்கிறது...”

“அப்படி என்றால் நோன்பு எதனை முஸ்லிம்களிடம் எதிர்பார்க்கிறதோ, அதனைப் பற்றிய புரிதல் இன்னும் முஸ்லிம் சமூகத்திடம் வரவில்லை என்று எடுத்துக் கொள்ளலாமா... நோன்பு எதிர்பார்ப்பதுதான் என்ன...?”

“இரண்டு கேள்விகளைக் கேட்டிருக்கிறீர்கள்...” நிதானமாக பதில் அளித்தார் ஜாஃபர் பாகவி.

“நோன்பு எதிர்பார்க்கக் கூடிய விளைவு ஏற்படவில்லை என்று சாராம்சமாக சொல்லிவிட முடியாது. எத்தனையோ பேர், நோன்பு வைக்க ஆரம்பித்த பின்பு, புகைபிடித்தல், மது அருந்துதல் போன்ற தீய பழக்கங்களை கை விட்டிருக்கின்றனர்.”

பேச்சுத் தமிழில் இல்லாமல், நல்ல தமிழ்ச் சொற்களைக் கோத்து சரளமாக எளிமையாக விவரித்தார் மௌலவி.

“எல்லாரிடமுமே மாற்றத்தை வேண்டித்தான் நோன்பு கடமையாக்கப்பட்டுள்ளது. டிராஃபிக் போலிசுடன் இதனை ஒப்பிடலாம். அவர் கையை அசைப்பதைக் கொண்டு வண்டியை செலுத்தலாமா, வேண்டாமா என்பதை ஓட்டுநர் முடிவு செய்ய வேண்டும். டிராஃபிக் போலிசே, ஸ்டியரிங்கைப் பிடித்து, வண்டியை செலுத்த வேண்டும் என எதிர்பார்க்க முடியாதுதானே...”

மைக்கை என் பக்கம் எடுத்து அடுத்த கேள்வி கேட்க முயன்றேன்.

“இரண்டாவது...” என பேச்சைத் தொடர்ந்தார். மீண்டும் அவரிடம் மைக்கை நீட்டினேன்.

“இரண்டாவது காரணம் நோன்பு ஏன் வைக்கப்படுகிறது என்ற ஆன்மிக புரிதல் குறைவாகவே இருக்கிறது. ஏழை எளியவர்களின் பசியை உணர, அவர்களது தேவையை உணர வைக்க நோன்பு முக்கியமான அம்சமாக உள்ளது. இதன் மூலம் உபகார சிந்தனை அதிகரிக்கிறது.”

நான் விருட்டென மைக்கை என் பக்கம் இழுத்தேன்.

“ஏழ்மையை உணர வேண்டும் என்றால், ஏன் ஏழை எளியவர்களும் நோன்பு வைக்க வேண்டும். அவர்கள் ஏற்கனவே அரைப்பட்டினியில்தானே இருக்கின்றனர்...” கேட்டுவிட்டு, அவர் பக்கம் மைக்கை நீட்டினேன்.

“நான் இன்னும் முழுவதுமாக சொல்லி முடிக்கவில்லை. பசியை அறிவது மட்டுமே பிரதான காரணம் இல்லை. இந்தப் புரிதல் மூலமாகத்தான், நோன்பு மாதத்தில் மட்டுமாவது

பிறருக்கு அதிகம் உதவி செய்யும் சிந்தனை முஸ்லிம்களிடம் அதிகரித்துள்ளது...”

“சார்... போரடிக்குது... வேற ஏதாவது முக்கியமான கேள்வி இருந்தா கேளுங்க... இல்லன்னா பேக் டூ ஸ்டுடியோ...” நிகழ்ச்சி கட்டுப்பாட்டு அறையிலிருந்து போன் வழியாக என் காதுகளில் என்னை கட்டுப்படுத்தினார்கள்.

மௌலவி பேசிக் கொண்டிருந்தார். அவரது பேச்சை தொடர விடாமல், மைக்கை என் பக்கம் இழுத்து,

“நோன்பு திறக்க என்ன மாதிரியான ஏற்பாடுகள் செய்யப்பட்டிருக்கு...” கேட்டுவிட்டு, அவரிடம் மைக்கை நீட்டினேன்.

“நீங்கள்தான் பார்த்துக் கொண்டிருக்கிறீர்களே... ஏற்பாடுகளை...” சுருக்கமாக பேச்சுக்கு முற்றுப்புள்ளி வைத்தார் மௌலவி. அவரை முழுமையாக பேச விடாமல் அடுத்த கேள்விக்கு தாவியது அவருக்கு எரிச்சலை ஏற்படுத்தியிருக்க வேண்டும்.

நான் கேமரா முன்பு திரும்பி, இன்னும் சற்று நேரத்தில் விரதத்தை முடிக்க இருக்கிறார்கள். அதற்கான ஏற்பாடுகளைப் பார்க்கலாம் என சொல்லிவிட்டு, திரும்பி விட்டேன். கேமரா பின்புறம் அமர்ந்திருந்த, நோன்பு திறக்க தயாராக இருந்த, பிரார்த்தனையில் ஆழ்ந்திருந்த முஸ்லிம்களின் காட்சி நேரலையில் ஒளிபரப்பாகிக் கொண்டிருந்தது.

மீண்டும் என்னிடம் கேமரா வந்தவுடன், “நோன்பு கஞ்சி காய்ச்சுவதற்கு அரசு சார்பில் அரிசி வழங்கப்பட்டுள்ளது. பள்ளிவாசலுக்கு வராத பெண்களுக்காக, வீடுகளுக்கும் நோன்புக் கஞ்சி வழங்கப்படுகிறது பூர்ணிமா...”

“முஸ்லிம்களின் ஐந்து கடமைகளில் ஒன்றான நோன்பு பற்றிய விரிவான தகவல்களைத் தந்ததற்கு நன்றி பொய்யாது...” செய்தி வாசிப்பாளரின் நன்றி அறிவிப்போடு நேரலை முடிந்தது.

இயல்பானவுடன் சுற்றி நின்று வேடிக்கை பார்த்த சிறுவர்கள் நெருக்கத்தில் வந்து என்னிடம் நட்பு பாராட்டினர்.

“சார், நோன்பு திறந்து விட்டு போகலாம் உள்ள வாங்க...” மௌலவி பள்ளிவாவலுக்குள் அழைத்தார்.

“ஜி... நீங்க உள்ள போங்க... நான் பசங்களோட பேசிட்டு வர்ரேன்...”

“மறந்திடாம வந்திடுங்க” அழுத்திக் கூறி விட்டுச் சென்றார்.

“டேய் உன் பேரு என்ன... நீ நோன்பு வச்சிருக்கியா...” என் அருகில் வந்து, மைக்கை வாங்கி கேமரா முன்பு நின்று செய்தியாளர் போல நடித்துக் காட்டிய அந்தச் சிறுவன் என்னை மயக்கினான். அவனுடைய கூர்மையான பார்வை, நான் நேரலையில் இருந்த போதே தொந்தரவு செய்தது.

“அஜ்மல்... நோன்பு வச்சிருக்கேன்... நானும் பேட்டி கொடுக்கவா... என் வீட்டுக்கு வருவீங்களா... இங்கதான் வீடு, பக்கத்துல... என் பாட்டி உங்க சேனல்தான் பார்ப்பாங்க... நீங்க வீட்டுக்கு வந்தீங்கன்னா ரொம்ப சந்தோசப் படுவாங்க... சரி உங்க பேரு என்ன?” என்னை அன்பால் மிரட்டினான் அந்தச் சிறுவன்.

“என்னை எல்லோரும் பொய்-யுனுதான் கூப்பிடுவாங்க... என்னோட பேரு பொய்யாது...”.

“என்ன பொய்யாதா...” அவனும் அவனுடன் இருந்த சிறுவர்களும் அவர்களுக்குள் ரகசியம் பேசுவது போல ஏதோ சொல்லிக் கொண்டு சிரித்தனர்.

பேச்சிலும் செயலிலும் வசீகரித்த, அவனுடைய வீட்டுக்கு வருவதாகச் சொன்னேன்.

“சரி... வாங்க இப்ப நோம்பு திறக்கப் போகலாம்...”

“ஓகே... வா போலாம். நலங்கிள்ளி யூனிட்ட கார்ல வச்சிட்டு, டிரைவரையும் கூப்பிட்டு வாங்க... நோன்புக் கஞ்சி சாப்பிடலாம்...”

இன்னும் ஒரு சில நிமிடங்களில் நோன்பு திறப்போம் என அஜ்மல் சொன்னான். நானும் முஸ்லிம்களைப் போல, அவர்களோடு வரிசையில் நோன்பு திறக்க அமர்ந்தேன்.

வயது வித்தியாசமில்லாமல் அமர்ந்திருந்த அவர்கள் முன்பு நாவைச் சப்புக் கொட்ட வைக்கும் உணவுகள் இருந்தன. ஆனால் யாரும் அதனைத் தொடவில்லை. தொடவில்லை என்பது மட்டுமல்ல, அது உணவு என்பதோ, பசிக்கும் தாகத்துக்கும் சிறந்தது என்ற பிரக்ஞையோ கூட அவர்களிடம் இல்லை.

பசி, தாகத்தின் உச்சத்தில் இருந்த சிறுவர்களும், உடல் வலிமையில் இயலாதவர்களும் கூட, நோன்பு திறக்கும் அந்தக் குறிப்பிட்ட நேரத்துக்காக காத்திருந்தனர். யாரையும் ஏமாற்றி விட்டு, யாருக்கும் தெரியாமல் கூட உணவைச் சாப்பிடவும், தண்ணீரைக் குடிக்கவும் அவர்களுக்கு வாய்ப்பு கிடைத்திருக்காதா என யோசித்தேன். நான் யோசனையில் இருக்க, மற்றவர்களின் மயக்க நொடி பெரும்பாலும் பிரார்த்தனையிலேயே கழிந்தது. ஒலிப் பெருக்கியில் நோன்பு திறக்கலாம் என்று அறிவிக்கப்பட்டவுடன், அந்த சமிக்ஞை கிடைத்தவுடன், அனிச்சைச் செயலாக அங்கிருந்த அனைவரும் பேரிச்சம் பழத்தை சாப்பிட்டு, தண்ணீர் அருந்தி விரதத்தை முடித்தனர்.

யார் தடுத்திருந்தாலும், பேரீச்சம் பழம் சாப்பிடுவதை விட்டும் தண்ணீர் அருந்துவதை விட்டும் அவர்களைத் தடுத்து நிறுத்தியிருக்க முடியாது. நோன்பு திறக்கும் நேரம் வந்தவுடன், அவர்களுக்கு அதுவரை தீயதாக, தடுக்கப்பட்டதாக இருந்த உணவும், பானமும், ஸ்விட்சைப் போட்டவுடன் மின்சாரம் பாய்வது போல தொண்டைக் குழியைத் தொட்டன.

இறை அச்சம் என்ன என்பது எனக்குப் புரிந்தது. அப்துல்லா சார் விளக்கியதை எளிமையாகப் புரிந்து கொண்டேன். குறிப்பிட்ட நேரம் வரை, தடுக்கப்பட்டிருந்த உணவையும் பானத்தையும், யார் என்ன செய்தாலும் நோன்பு வைத்திருக்கும் முஸ்லிம்களை சாப்பிட வைக்க முடியாது. அதே முஸ்லிம்களை, நோன்பு திறக்கும் நேரம் வந்தவுடன், சாப்பிடாமல் தடுக்கவும் யாராலும் முடியாது. இந்தச் சுயகட்டுப்பாடுதான் இறை அச்சமா? இறைவனின் அச்சத்தால்தான் இந்தச் சுய கட்டுப்பாடு வருகிறதா...?

சிந்தித்துக் கொண்டே கஞ்சியை ரசித்து சுவைத்தேன்.

“சார்... கொஞ்சம் வெயிட் பண்றீங்களா... தொழுதிட்டு வந்திடுறேன். போயிட மாட்டீங்களே...” கெஞ்சல் மொழியில் கேட்டான் அஜ்மல். நான் காத்திருப்பதாக தலையாட்டினேன்.

அஜ்மல் வீட்டில் பேட்டி எடுக்கப் போவதாக, கிசுகிசுத்த சிறுவர்கள் குதூகலத்துடன் தொழுகச் சென்றனர். தோளோடு தோள் சேர்ந்து வரிசையாக நின்று அவர்கள் தொழுவதை ரசித்துப் பார்த்தேன்.

தொழுது விட்டு வந்த அஜ்மல், என் கைகளைப் பிடித்துக் கொண்டு வீட்டுக்கு அழைத்துச் சென்றான்.

பள்ளிவாசலின் வெளிப்புறச் சுற்றுச் சுவரை ஒட்டி அஜ்மலின் சிறிய வீடு இருந்தது. அஸ்பெஸ்டாஸ் சீட்டில் சிமெண்ட் தரையிலான வீட்டில் இருட்டை முழுமையாக போக்காத ட்யூப் லைட் வெளிச்சம் பரவியிருந்தது. சமையலறைதான் வரவேற்றது. திண்டு போன்ற உயரமான அமைப்பில் கேஸ் அடுப்பில், ஒரு புறம் சோற்றுப் பானையும், அருகில் ஒரு சட்டியும் இருந்தது. அடுப்புக்கு கீழே அதே திண்டில், இரண்டு காதுகளில் ஒன்றை இழந்த பொறிக்கும் சட்டி ஒன்றும் மூடி இருந்தது.

திண்டுக்கு கீழே வரிசையாக மூன்று குடங்கள். வீடு சுத்தமாக இருந்தது. வாசலில் நுழைந்தவுடன் இடது பக்கத்தில் கையைக் காட்டி, அமரச் சொன்னான் அஜ்மல்.

மூன்று கார் டயர்களை ஒன்றன் மேல் ஒன்றாக அடுக்கி இருபுறமும் போட்டு, அதில் பலகையை வைத்து, சொகுசு இருக்கையாக அது பயன்படுத்தப்பட்டு வந்தது தெரிந்தது. அதில் அமர்ந்தேன். எதிர் திசையில் கம்பளி போன்ற விரிப்பு ஒன்றில் வயதான அம்மா ஒருவர் உட்கார்ந்திருந்தார். கையில் ஏதோ மணிகளை உருட்டிக் கொண்டிருந்தார்.

“மா... இவங்க டிவில இருந்து வந்திருக்காங்க. பேட்டி கொடுக்கலாமா...”

“வாங்க தம்பி...” என்னை வரவேற்று விட்டு, ஏதோ உருதுவில் அந்தப் பையனிடம் சொன்னார். அவனும் தலையாட்டி விட்டு, தூக்குச்சட்டியை கையில் எடுத்துக் கொண்டு ஓடத் தயாரானான். நான் அவனைத் தடுத்து,

“இப்பத்தாம்மா, நோன்பு கஞ்சி குடிச்சிட்டு வர்ரோம். எதுவும் வேணாம்மா...”

“இல்லப்பா கொஞ்சம் டீ குடிக்கலாமே...” உறுதியாக மறுத்து விட்டேன். நான் வீட்டை முழுதும் நோட்டமிட்டேன் என்று சொல்வதை விட, சுற்றிலும் பார்ப்பதற்கு எதுவும் அங்கு இல்லை என்றுதான் சொல்ல வேண்டும். என் முதுகுப்புறம் இருந்த சிறிய அலமாரியில் கொஞ்சம் புத்தகங்கள் அடுக்கி வைக்கப்பட்டிருந்தன.

“அஜ்மல் நீ என்ன படிக்கிற...”

“நானா சார்... ஏழாவது படிக்கிறேன். தங்கச்சி நாலாவது படிக்கிறா... நான் இந்த வருஷத்தோட படிப்ப நிறுத்திட்டேன் சார்...”

“எங்க உங்க தங்கச்சிய காணோம்... ஏன் மேல படிக்கலையா...?”

“அவ டியூசனுக்குப் போயிருக்கா சார்... நான் இப்ப மார்க்கெட்டுக்கு வேலைக்குப் போறேன்... அதான் இனி ஸ்கூலுக்குப் போக மாட்டேன்...”

டிவியை ஆன் செய்தார் அந்த அம்மா. எங்க சேனலின் விவாத நிகழ்ச்சி தொடங்கி இருந்தது.

“இவனுக்கு நல்லா படிப்பு வரும் தம்பி... ஆனா குடும்ப சூழ்நிலை... தங்கச்சி நல்லா படிக்கனும்னு வேலைக்குப் போறேன்னு சொல்றான் தம்பி... இவங்க அம்மா இப்பத்தான் மீன் மார்க்கெட்டுக்கு மீன் வெட்டுற வேலைக்குப் போறா... இவனும் அவ கூட வேலைக்குப் போயி அந்த வேலைய பழகிட்டான். ஸ்கூலுக்குப் போக மாட்டேன்னு சொல்றான்...” அவர், அஜ்மலின் பாட்டி எனப் புரிந்து கொண்டேன்.

சுவற்றில் ஒட்டியிருந்த இரண்டு படங்கள் என்னை வெறித்துப் பார்த்துக் கொண்டிருந்தன. சிங்கார வேலரும் அம்பேத்கரும் முறைத்தார்கள். இந்தப் படங்களைப் பற்றி கேட்டேன். அஜ்மலின் அப்பா, மீன் மார்க்கெட்டில் சங்கத்தில் இருந்திருக்கிறார். ஏதோ பிரச்சினையில் முன்விரோதம் காரணமாக நடந்த அடிதடியில் அண்மையில்தான் அவர் கொல்லப்பட்டிருக்கிறார். சங்கத்தின்

மூலம், அஜ்மலின் அம்மாவுக்கு அந்த மார்க்கெட்டிலேயே இப்போது மீன் வெட்டும் வேலை கிடைத்திருக்கிறது. இந்த விவரமெல்லாம் பாட்டி சொன்னார்.

"இது நோம்பு மாசமில்ல, சாயங்கால நேரத்துலதான் எங்க ஆளுங்க மார்க்கெட்டுக்கு வருவாங்க... அதனால இவ அம்மா, இப்ப மார்க்கெட்டுக்கு மீன் வெட்ட போயிருக்கு..."

நான் பேச்சை திசை திருப்புவதற்காக பேட்டி எடுக்கும் என் பணியில் இறங்கினேன்.

"அம்மா நீங்க விரதம் இருக்கிறீங்களா...?"

"ஆமாம்ப்பா..."

"இந்த வயசுல பட்டினியா இருக்கிறது உங்களுக்கு சிரமமா இல்லையா?"

ஆயிரம் அர்த்தங்கள் தொனிக்கும்படி சிரித்தார் அவர்.

"பட்டினியா... நாங்க நோன்பு மாசத்துலதான் நல்லா சாப்பிடுவோம்."

"நல்லா சாப்பிடுவீங்களா... நோன்புங்கிறது சாப்பிடாம இருக்கிறது தானே..."

"அதில்ல தம்பி... சாதாரணமா எங்க வீட்டுல காலை சாப்பாடு கிடையாது. டீ பிஸ்கெட்... இதுதான் டிஃபன். இதச் சாப்பிட்டிட்டு பிள்ளைங்க ஸ்கூலுக்குப் போயிடுவாங்க. அவன் அம்மாவும் வேலைக்குப் போயிடுவா... நான் சமைச்சு வைப்பேன். பிள்ளைங்க ஸ்கூல் விட்டு வரவும், அவ வேலைய முடிச்சிட்டு வரவும் சரியா இருக்கும்... நாலு அஞ்சு மணி வாக்குல சாப்பிடுவோம்... அவ்ளோதான்... நைட் சாப்பாடெல்லாம் கிடையாது... சில நேரம் டீ சாப்பிட்டிட்டு படுத்திடுவோம்... இப்போ நோன்புல ரெண்டு வேலை சாப்பாடு கிடைக்குது. நோன்பு வைக்க அதிகாலை நேரத்துல பள்ளிவாசல்ல சாப்பாடு கொடுப்பாங்க. சமைக்கிறவரு எங்களுக்கு கொஞ்சம் சாப்பாடு தருவாரு. அஜ்மல் பள்ளிவாசல்ல சாப்டுருவான். சாயங்காலம்

நோன்பு திறக்க கஞ்சி கிடைக்கும். அதையே நைட்டும் வச்சி சாப்பிட்டுக்குவோம்."

நோன்பு திறக்கும் நேரத்தில் பள்ளிவாசலில் வழங்கப்பட்ட உணவுப் பண்டங்களால் நிறைந்த என் வயிற்றைத் தடவிக் கொண்டேன்.

அப்துல்லா சார் சொன்ன, நோன்பு மூலம் பெற்றுக் கொண்ட இறையச்சத்தைக் கொண்டு, குர்ஆனின் சமூக பொருளாதார அமைப்பு எப்படி செயல்படுத்தப்படுகிறது என்பதைப் பற்றிய இன்னொரு பரிணாமம் எனக்குப் புரிந்தது.

"அம்மா, நோன்பு பத்தி ஒரு பேட்டி கொடுக்கிறீங்களா..."

"நானா... பேட்டிலாம் வேணாம்ப்பா... எனக்கு பேச வராது... அஜ்மல் நீ டிவில பேசுறியாடா..." தமிழோட உருதுவிலும் சில வார்த்தைகளைச் சொல்லி அவனிடம் கெஞ்சினார்.

அஜ்மலிடம் மைக்கை நீட்டினேன். கேமரா ஒளிப்பதிவுசெய்தது.

"என் பேரு அஜ்மல்... நான் இப்பத்தான் ஃபர்ஸ்ட் டைம் நோன்பு வைக்கிறேன். இப்ப வெயிலு ஜாஸ்தியா இருக்கா... மதியத்துக்கு மேல தண்ணி தாகம் எடுத்து கேர்ராயிடுது... மத்தபடி நோம்பு ஈஸியாத்தான் இருக்கு... நோம்பு முடிஞ்வுடனே ரம்ஜான் பண்டிகை வந்திடும். புது ட்ரெஸ்லாம் எடுக்கணும். என் ஃப்ரெண்ட்ஸ்லம் புது ட்ரெஸ் எடுத்திட்டாங்க... நானும் தங்கச்சியும் புது ட்ரெஸ் போட்டு ரம்ஜான ஜாலியா கொண்டாடுவோம்."

இயல்பாக இல்லாமல், கேமரா முன்பு, பாடம் ஒப்பிப்பது போல பேசினான்.

அவனிடம் பாட்டியிடமும் நன்றி சொல்லி விட்டு கிளம்பினோம்.

❍ ❍ ❍

ரம்ஜான் பண்டிகைக்கு இன்னும் இரண்டு தினங்களே இருந்தன.

திருவல்லிக்கேணி பகுதி வழியாக செய்திக்காகச் சென்றிருந்தேன். அங்கு சாலையோரத்தில் பெரிய தட்டுக்களில் சேமியாவை

போன்ற, ஆனால் நீளமாக இல்லாமல், இடியாப்பம் போல இருந்த பொருளை பலரும் உற்சாகத்துடன் வாங்கிச் சென்றதைப் பார்த்தேன். குறிப்பாக முஸ்லிம்கள் அதிகம் வாழும் அந்தப் பகுதியில் நோன்பு காலத்தில் மட்டும் இந்தப் பொருள் விற்கப்படும் என்று விசாரித்து தெரிந்து கொண்டேன்.

அதை என்ன செய்ய வேண்டும் என்பதை அருகில் இருந்த ஜூஸ் கடைக்காரர் ஒருவர் சுவைபட விளக்கினார்.

"பாதாம், முந்திரிலாம் போட்டு பண்ணுவாங்க சார்... செம்ம டேஸ்ட்டா இருக்கும்..."

அவரின் வர்ணனையில் எச்சில் ஊறியதை என் நாவில் உணர்ந்தேன். அவர் முஸ்லிம் அல்ல. அப்போதுதான் நிர்வாக ஆசிரியர் மீட்டிங்கில் சொன்னது என் நினைவுக்கு வந்தது.

"ஏங்க, அந்தப் பதார்த்தத்துக்குப் பேரு என்னங்க..."

"ஷீர் குர்மா"

புதிய விடியல், மே 16, 2019

அந்திமத் தேடல்

செத்துப் போய் விடுவோமோ என முதல் முறையாக எனக்கு பயம் தொற்றிக் கொண்டது.

என்னுடைய வயது, அனுபவம், தேசாந்திரியாக ஊர் சுற்றியது, மழை, வெள்ளம், நெருப்பு... இப்படி இயற்கையை மூர்க்கமாக எதிர் கொண்ட போதெல்லாம் கூட, இறப்பு என்னைத் தழுவி விடுமோ என நான் எப்போதும் அஞ்சியதில்லை.

கேவலம், பசியால் செத்து விடுவோமோ...? பசியின் கோரத்தால் குடல் மேலெழுந்து, மூச்சே கழுத்தை நெறிக்கிறது.

என்னுடைய வயசு என்ன இருக்கும்? தோற்றத்தைக் கொண்டு கணிப்பவர்கள் எனக்கு 70, 80 வயது இருக்கும் எனச் சொல்வார்கள்.

வயிறு என்று ஒன்று இருந்தால்தானே பசி எடுப்பதில் நியாயமிருக்கும்?! கடைசியாக எப்போது, என்ன சாப்பிட்டேன்? நினைவுக்கு கொண்டு வர முடியவில்லை.

உயிர் உடம்பில் இருக்க பிராண வாயு அவசியம் என்பவர்களின் ஆராய்ச்சி முடிவுகளை நான் ஒப்புக் கொள்ளமாட்டேன். நான் அவர்களுக்கு எதிரி.

வயிற்றுக்குள் செல்லும் போசனம்தான், உடம்பில் உயிரைக் கட்டி இழுத்து நிறுத்தியிருக்கிறது என்பதை உணர்ந்து கொண்டவர்களின் பட்டியலில் இப்போது நானும் இணைந்தேன்.

புஷ்ஷ்... புஷ்ஷ்... புஷ்ஷ்... புஷ்ஷ்...

என்னுடைய அந்திம காலச் சிந்தனைகளை சீர்குலைக்கும் விதமாக, என் பாதுகாவலன் மூச்சு விட்டுக் கொண்டிருந்தான்.

படுக்கையில் இருந்து எழுந்து அவனுடைய கழுத்தை வருடிக் கொடுத்தேன். பெயரெல்லாம் வைத்து கொஞ்சும் அளவுக்கு, அவன் என்னுடைய 'செல்ல'ப் பிராணி இல்லை.

அவன் எனக்கு துணையா? நான் அவனுக்கு துணையா?

அந்த நாய்தான் எனக்கு நிச்சயமான துணையாக இதுவரை இருந்து வந்துள்ளது. வீடு, முகவரி, எதிர்காலம் பற்றிய கவலை என, என்னைப் போல, எதற்கும் அந்த நாய் ஏங்கியது கிடையாது. அவ்வளவு ஏன் அடுத்த வேளை சோற்றுக்கு கூட அந்த நாய் கவலைப்பட்டது கிடையாது.

நீங்களே சொல்லுங்கள் அந்த நாய்தானே எனக்கு துணையாக இருக்க தகுதி வாய்ந்ததாக இருக்க முடியும்.

காது ஓரங்களை சிலிர்க்க வைக்கும் குளிர்ந்த காற்று அள்ளி அப்பிய, அந்த இளங்காலைப் பொழுதிலும் கட்டாயம் வியர்க்க வேண்டும் என்பதற்காகவே ஓடிக் கொண்டிருக்கும் குண்டு மனிதர்கள் முன், வாலை ஆட்டத் தொடங்கினான் என் பாதுகாவலன்.

வயிற்றை நிரப்ப சீக்கிரமாகவே தயாராகி விடுவது அவன் வழக்கம். ஒன்றிரண்டு பேர் தூக்கி வீசும் பிஸ்கட்டுகளை லாவகமாக பிடித்து காலைப் பசியை போக்கிக் கொண்டான்.

எனக்கு?

அந்தச் சாலை இன்னும் கொஞ்ச நேரத்தில் பரபரப்பாகி விடும். இருபுறமும் வரிசையாக மரங்கள் அடர்ந்து நிழல் தருவது அந்தச் சாலையின் கவர்ச்சி என்று சொல்லலாம்.

"தாத்தா... எழுந்திருங்க.... பெருக்கி விடணும். இன்னிக்கு இவ்வளவு நேரம் இங்க இருக்கீங்க... காலங்காத்தாலயே கிளம்பிடுவீங்களே... கடைய திறக்க பசங்க வந்திடுவானுங்க. அதுக்குள்ள பெருக்கி தண்ணி தெளிக்கணும்"

"இந்தா எழுந்திருச்சிடுறேம்மா..."

எழுந்து நிற்க முயன்றேன். தடுமாறி மரத்தில் சாய்ந்து சரிந்தேன்.

அப்படியே கைத்தாங்களாக பிடித்தவள், "என்னாச்சி தாத்தா... இந்தா தண்ணிய குடி"

அவள் பாட்டிலில் கொண்டு வந்திருந்த தண்ணீர், தொண்டைக் குழியில் இதமாக இறங்க, கொஞ்சம் தெம்பு வந்தது. இனிமேல் தூங்கும் போது, அருகில் குடிக்க தண்ணீர் வைத்துக் கொள்ள வேண்டும் என முடிவெடுத்துக் கொண்டேன்.

ஒருவனை நாகரிகமாகக் காட்ட என்னென்னவெல்லாம் தேவையோ அவற்றை விற்பனை செய்யும் கடைகளுக்கு அந்தச் சாலையில் வறுமை இல்லை. உணவு விடுதிகளுக்கும் பஞ்சம் இல்லை.

கடை வீதியில் இருக்கும் மரங்களிலெல்லாம் பெரிய மரமொன்றில் கணக்கில்லாத வௌவால்கள் வசிக்கும், அந்த மரத்தில் எண்ண முடிந்த ஒருவனாக நானும் வசித்தேன். என் கூடவே பெயரிடப்படாத என் பாதுகாவலனும்...

நினைவு தெரிந்த நாள் என்று சொல்வார்களே அதுபோல, எப்போது நான் தனிமையின் ஆளுமையாக மாறினேனோ அப்போதிருந்தே யாரிடமும் யாசகம் கேட்டதில்லை.

அதே சமயம் பசியோடு கள்ள உறவு வைத்துக் கொண்டதாகவும் சொல்ல மாட்டேன். ஆனால் இன்று... பூமியின் காலைக் கதிர்களை இல்லாமலாக்கி இருட்டுவது போல பசி, கண்களை அடைத்தது.

பிச்சை கேட்டு கைகளை நீட்டாவிட்டாலும் எப்படியாவது தினம் ஒன்றுக்கு ஒரு வேளை உணவாவது கிடைத்து விடும். சோர்வடையும் போதோ, கடைகள் அடைத்த பின்னாலோ வௌவால்களோடு இணக்கமாக மரத்தடியில் தஞ்சம் புகுவேன்.

எழுந்து உடைகளை சரி செய்து கொண்டு கிளம்பினேன். கால் போன போக்கில் நடந்தேன்.

பசியெடுத்தால் மட்டும் சாப்பாடு என்பதால், உலகம் அவ்வளவு ஒன்றும் பாரம் கொண்டதாக எனக்கு இல்லை.

வாகனங்கள் அதிகம் செல்லத் தொடங்கியிருக்கவில்லை. அப்போது சைக்கிளில் இருந்து விழுந்த பை, என் கவனத்தை நொடிப் பொழுதில் ஈர்த்தது.

சாலையோர இட்லிக் கடை அமைந்த திசையிலிருந்து, அவசர அவசரமாக சாலையின் மறுமுனைக்கு சைக்கிளில் பறந்து விட்டான் அந்தச் சிறுவன். பொட்டலத்தை தவறவிட்டதை அவன் கவனிக்கவில்லை.

நடையைத் தொடங்கிய நான், இன்று காலைப் பொழுதே உணவோடு விடிந்து விட்டதாக மகிழ்ச்சி அடைந்தேன்.

உயிரை நீட்டிக்க உணவு கிடைத்திருப்பதாக நினைத்துக் கொண்டேன்.

சாலையில் குறுக்கும் நெடுக்குமாக வந்து போன வாகனங்கள், சாலையில் விழுந்து கிடந்த பொட்டலத்தின் மீது இதுவரை ஏறவில்லை.

என்னுடைய நடை, என்னை ஏமாற்றியது. பசியின் இயலாமை என்னை மெதுவாகவே நடக்க வைத்தது.

ஏதாவது வாகனம் அந்தப் பொட்டலத்தின் மீது ஏறி, பாழாக்கி விடக்கூடாது என பரிதவிப்பு. பசி. பசியின் இடத்தில் இப்போது பரிதவிப்பு.

சரேலென்று வந்த காக்கை அந்தப் பொதியை கொத்தத் தொடங்கியது.

சாப்பாடுதான் அதில் இருக்கிறது என காக்கையின் செயலால், உறுதிப்படுத்திக் கொண்ட மனம் உற்சாகமடைந்தது.

கடைகளை திறக்கத் தொடங்கியிருந்தனர். ஐந்து, ஆறு கடைகள் தாண்டித்தான் நடந்திருப்பேன். ஆனால் தளர்ந்து தள்ளாடினேன். நான் தோற்றுப் போய் விடுவேன். என்னால் அந்த உணவுப் பொட்டலத்தை எடுக்க முடியாது. காக்கா என்னை வென்று விடும் என உள் மனது சொன்னது.

சீராக கைகளைத் தட்டி எழுப்பிய ஓசை என்னை உற்சாகப்படுத்தியது. ஓட்டப் பந்தயத்தில் ஓடும் வீரர்களை

ஊக்கப்படுத்துவது போல உணர்ந்தேன். நானும் காக்கையும் எதிர் எதிர் திசையில் பந்தயத்தில்...

கடை கேட்க தொடங்கியிருந்தவர்கள், கைகளைத் தட்டி எழுப்பிய ஓசை ஒருபுறம் உற்சாகப்படுத்தினாலும், காகம் மீண்டும் பொட்டலத்துக்கு அருகில் வந்து, என்னை கலவரப்படுத்தியது.

கார் ஒன்று வர காக்கை மீண்டும் பறந்து அருகிலுள்ள குட்டிச்சுவரில் அமர்ந்தது. மாறி, மாறி வாகனங்கள் வந்து போய்க் கொண்டிருந்ததால் காகத்தால் வெற்றி பெற முடியவில்லை. பொட்டலம் அருகில் வருவதும், குட்டிச்சுவருக்கு திரும்புவதுமாக அது முயற்சியைக் கைவிடவில்லை. ஆனால் நானோ மீண்டும் தரையில் சாய்ந்தேன்.

“என்ன பாய், கூட யாரும் உதவிக்கு இல்லையா... என்னாச்சி...”

“ஒண்ணுமில்லம்மா, நடக்க முடியல”

வாய் மட்டும் சரியாக பேசியது. அந்தப் பெண் என்னை தூக்கி கடை வாசலில் உட்கார வைத்தாள்.

என் முகத்தையும் கண்களையும் உற்றுப் பார்த்த, அந்த அஞ்சனம் தீட்டிய கண்கள் பார்வையை விலக்காமலே, “பாய் நைட் சாப்பிடலயா...” அவளது ஒட்டிய வயிற்றைத் தடவிக் கொண்டே என் வயிற்றைப் பார்த்து கேட்டாள்.

கையிலிருந்த சில நாணயங்களை என் கையில் திணித்து விட்டு, “உடம்ப பார்த்துக்க பெரிசு”ன்னு எழுந்து ஓடினாள்.

“ஏய் நில்லுங்கடி நானும் வந்திட்டேன்”

உடைந்த ஆண் குரல், அவர்கள் கைகளைத் தட்டிக் கொண்டு செல்லும் திசையை நோக்கி பார்க்க வைத்தது.

போராட்டம் நினைவுக்கு வந்தது. இந்நேரம் எப்படியும் காக்கா சாப்பாட்டு பொட்டலத்தை சின்னாபின்னமாக்கி இருக்கும் என்றே நினைத்தேன்.

அதுவும் போராடிக் கொண்டுதான் இருந்தது. பொட்டலத்துக்கு அருகில் வருவது, வாகனம் வந்தவுடன் குட்டிச்சுவருக்கு

பறப்பது... இப்படியாக அதுவும் போட்டியிலிருந்து பின் வாங்கவில்லை.

காக்காவுக்கு வயிறு நிரம்ப எத்தனையோ வழி உண்டு. ஆனால் எனக்கு?

திரும்பவும் எழுந்து நடந்தேன். காக்காவும் பறந்து வந்தது. அருகில் சென்றேன். காகமும் அருகில்... மீண்டும் வாகனம் வர காக்காவுக்கு ஏமாற்றம். பறந்தது.

இரண்டு எட்டு தூரம். சாலை நடுவில் பொட்டலத்தை எடுக்க வந்த எனக்காக, சற்று தள்ளிச் சென்றன வாகனங்கள். காக்கா கோபத்தில் குட்டிச்சுவரிலிருந்து கத்தியது. சரேலென பறந்து வந்த காகம் எனக்கு முன்பாக பொட்டலம் அருகில் அமர்ந்து கொத்தத் தொடங்கியது.

அருகில் சென்று, சட்டென்று குனிந்து பொட்டலத்தை தூக்கினேன். காக்கா பயங்கரமாக கத்தியது. எதிரில் உள்ள குட்டிச்சுவருக்கு மீண்டும் பறந்து போய் அமர்ந்து, கொடூரமாக கத்தியது.

பொட்டலத்தை கையில் எடுத்த நான், சாலையின் எதிர் திசையில் இருந்த, அந்த காக்கா அமர்ந்திருந்த குட்டிச் சுவரை நோக்கி நடந்தேன். பொட்டலத்தில் இருந்த இரண்டே இரண்டு இட்லியை எடுத்து, அந்தக் குட்டிச்சுவரில் வைத்து விட்டு நகர்ந்தேன்.

தினமணி கதிர், 10.12.2017

கல்லறையை உள்ளிருந்து திறக்க முடியாது

சிக்னலை நோக்கி பைக்கை அழுத்தினேன். சிக்னல் விழுவதற்குள் கடந்து விட வேண்டும். என்னால் முடியவில்லை, சிக்னல் தடுத்து நிறுத்திவிட்டது.

"ஏன் இங்க நிறுத்தின...?"

"நானா நிறுத்தினேன். சிக்னல் விழுந்திருச்சி..."

"குப்பை நாத்தம் தாங்க முடியல... இந்த சிக்னல்லதான் இப்படி..."

"எனக்கு பழக்கமான நாத்தம்தான்..." அவளின் பெர்ஃப்யூம் வாசனையில் மயங்கியதால் இப்படிச் சொல்லவில்லை.

"ம்..."

"மதி... வா அப்டியே பஜாருக்கு போயிட்டு போவோம். ப்ளீஸ்..."

"நேராத்தானே போறோம். ஏன் திடீர்னு ரைட் எடுக்கச் சொல்றமா..."

"போன வாரம் வாங்கித் தந்தேல்ல அந்த சுடிதாருக்கு மேட்ச்சா பேங்கிள்ஸ், நெக்லஸ் செட் வாங்கிடலாம் டா... நெக்ஸ்ட் வீக், எங்க ஹாஸ்பிடல்ல ஒர்க் பண்ணின அக்கா ஒருத்தங்களுக்கு மேரேஜ்... ப்ளீஸ் மதி..."

"நீ வீட்டுக்கு சீக்கிரம் போக வேணாமா?"

“போய் என்ன செய்யப் போறேன். வீட்டுக்குள்ள போக முடியாது. தனியாத்தான் இருக்கனும்... உன் கூட கொஞ்ச நேரம் இருந்திட்டு போறேனே...”

‘வீட்டுக்குள் வீடு’ பற்றி கருத்து சொல்ல தொடங்கி விடுவேன் என நினைத்து அதை விரும்பாதவள் போல, “சிக்னல் போட்டாச்சி வண்டியை எடு” என்றாள். அவளின் பெர்ஃப்யூம் என்னை உந்தித் தள்ளியது. வலது புறம் வண்டியை திருப்பினேன்.

பின்னால் இருந்து குரல் வந்தது. “சார்... இன்னும் சிக்னல் போடல...”

“சாரி சார்...”

சிக்னல் வழி விட்டதும், வலது புறம் எடுக்காமல் நேராக வண்டியை ஓட்டினேன். எனக்குள் நானே பேசிக் கொண்டதால் இப்படி கவனச் சிதறல். ஹெல்மெட் மாட்டியிருப்பதால் என்னை யாரும் பைத்தியக்காரன் என நினைத்துக் கொள்ள மாட்டார்கள்.

அந்தப் பகுதியிலேயே வசிப்பவர்களுக்கு துர்நாற்றம் பழகி விட்டிருக்கும். ஆனால், அந்தப் பகுதியை புதிதாக கடக்கும் யாராலும் சகித்துக் கொள்ள முடியாது. குப்பை கிடங்கின் குபீர் நாற்றம் என்னை ஏதும் செய்யவில்லை. என் குடும்பத்தோடு நெருங்கிய தொடர்புடையதால், எனக்கு அந்த நாற்றம் பழகியிருந்ததும் ஒரு காரணம்.

○ ○ ○

தனியார் மருத்துவமனையின் சிறப்பம்சமே அழகான நர்ஸ்கள்தான் என இளைஞர்கள் சொன்னால் நீங்கள் கோபித்துக் கொள்ளக் கூடாது. அப்படி ஒரு நர்ஸிடம் மயங்கித்தான் நோயாளியாக இந்த மருத்துவமனைக்கு வந்திருக்கிறேன்.

“டாக்டர பார்க்க வந்தீங்களா...? இங்க உட்கார்ந்து, டிவி பார்த்திட்டு இருக்கீங்க...? உங்க சேனல்லாம் நாங்க பார்க்க மாட்டோம்...”

சிறுவனின் எடையைப் பார்த்து குறித்துக் கொண்டே, வசீகரிக்கும் குரலில் கண்களிலேயே சிரிப்பைக் கொட்டிக் கொண்டு கேட்டாள் ரிசப்சனிஸ்ட்.

காய்ச்சல், தலைவலி, வயிற்றுப் பிரச்சினை என வழக்கமான நோய்களுக்கு மருத்துவம் பார்க்க வரவேற்பறையில் சிலர் அமர்ந்திருந்தனர். ஆனால் எனக்கு எந்த நோயும் இல்லை.

டாக்டர் எழிலன் நன்கு அறிமுகமானவர் என்பதால், முன் அனுமதி இல்லாமல் நேரடியாகச் சென்று அடிக்கடி அவரைப் பார்ப்பது வழக்கம்.

அந்த மருத்துவமனைக்கு வரும் போதெல்லாம் எந்த நர்ஸிடமும் பேசியது கிடையாது. டாக்டரை பார்த்து விட்டு, தேவையென்றால் பேட்டி எடுத்துவிட்டு சென்று விடுவேன்.

முதன்முதலாக அவளின் குரலை அங்கு கேட்க நேர்ந்த கணம், 'இளைஞன் ஒருவனை நேசம் கொள்ள விரும்பும் இளம் நங்கையின் பேச்சு போல' எனக்குத் தெரிந்தது. சட்டென மூளை விழித்து சுதாரித்துக் கொண்டு, 'உன் வேலையைப் பார்' என்பது போல முறைத்தேன். அவள் பயந்துவிட்டாள்.

இதைப் போன்ற கனிவான வார்த்தையில் விழுந்து, காதல் நோய் கொண்டுதான் இங்கு மருத்துவரைப் பார்க்க வந்திருக்கிறேன் என்பது எனக்கு மட்டுமே தெரியும்.

டாக்டர் எழிலனிடம் எனக்கு பொறாமை உண்டு. அதெப்படி கவர்ந்திழுக்கும் கன்னிகள் இந்த மருத்துவமனையில் இருந்தும் ஒருவர் மீதுகூட அவருக்கு காதல் வரவில்லை?

40 வயதைத் தொடும் அவர் இன்னும் திருமணம் செய்யவில்லை. தீவிர ஆத்திக எதிர்ப்பு ஆசாமியான அவருக்கு சாமியார்களை அறவே பிடிக்காது. அவர் துறவறம் மேற்கொண்டு விடுவார் என நான் நம்பவில்லை. மருத்துவர் என்பதால், உடலில் உள்ள குறைகளைத் தெரிந்து, திருமணம் செய்யாமல் இருக்கிறாரோ என்னவோ...?

இந்தக் கேள்விகளை எல்லாம் அவரிடம் கேட்க வேண்டும் என்று தோன்றும், ஆனால் என் மீதும் என் ஊடகப் பணியின்

மீதும் அவர் வைத்திருக்கும் நன்மதிப்பின் காரணமாக கேட்டதில்லை.

“சட்டையை நல்லா மடக்கி விடுங்க. லைட்டா வலிக்கும்... உங்க பேரு என்ன?” கேட்டுக் கொண்டே ஊசியைப் போட்டாள் இன்னொரு நர்ஸ்.

இந்தக் குரல் கேட்டு சுயநினைவுக்கு திரும்பிய நான், அருகில் இருந்த இளைஞனைப் பார்த்தேன். ஊசி போட்டுக் கொண்ட வலி தெரியாமல், ஊசி போட்ட நர்ஸையே பார்த்துக் கொண்டிருந்தார்.

அந்த நர்ஸின் பெர்ஃபியூம் வாசனை ‘அவளை’ எனக்கு நினைவுபடுத்தியது. சில நாட்களாகவே சிவாவை மறக்க வேண்டும் என உச்சகட்ட போராட்டம் நடத்தினாலும் இப்படி ஏதாவதொரு வகையில் நினைவில் வந்து படுத்தி எடுக்கிறாள்.

நாசித் துவாரத்தின் உணர் நரம்புகளை எல்லாம், இல்லாமல் செய்ய வேண்டும் என அபாயகரமாக முடிவெடுக்கும் அளவுக்கு, அவளது நினைவு பயங்கர தொந்தரவாக மாறிவிட்டது.

என்னைக் கடக்கும் யாரிடமிருந்தாவது எழும் சோப்பு, பவுடர், மல்லிப் பூ வாசனை அவளை கண் முன் நிறுத்துகிறது. மறக்க நினைப்பவளை ஒரு சிறு துண்டு வாசனைகூட நினைவுக்கு கொண்டு வந்து விடுகிறது. என்ன கொடுமையான நோய் இந்தக் காதல்!

“ஜி... அந்த நர்ஸ் உங்க பேர கேட்டாங்களே... நீங்க சொல்லலியே?”

கண்கள் விரிய கன்னங்கள் குவிய புன்னகைத்து, அவளின் சிங்காரச் சீண்டலை நான் கவனித்து விட்டதாக நாணம் கொண்டார் அந்த இளைஞர்.

“இல்ல சார்... என் பேரு அவளுக்கு நல்லா தெரியும். என் பேரைச் சொல்லி கூப்பிட்டுத்தானே ஊசியை எடுத்திட்டு வந்தா...”

ஆமாம்... அதை கவனிக்க மறந்து விட்டேனே!

ஒருமையில் பேசியதை வைத்துப் பார்க்கும் போது, அவளைப் பார்க்கவே இவன் அடிக்கடி மருத்துவமனைக்கு வருவான் போல என நினைத்துக் கொண்டேன்.

"என்னோடு பேசணுமாம்... அதான் சார்..." முகம் நெளிய அந்த இளைஞர் சொன்ன பதிலைக் கேட்டு, சாதித்தவனை பாராட்டும் பாங்கில், உதட்டைப் பிதுக்கி உவகையை வெளிப்படுத்தினேன். உண்மையில், அழுகைதான் எனக்கு முட்டிக் கொண்டு வந்தது.

எனக்கும் இந்த அனுபவம் உண்டு. இதே போன்ற நர்சிங் ஹோம்தான் அது...

ஒல்லியான தேகம். எந்த வகையிலும் அவளுக்கு பொருந்தாத நர்ஸ்கள் அணியும் பாவாடை தாவணி. சிரிப்பை பாய்ச்சும் கண்கள். சிறு அசைவில் குறும்பை கொப்பளிக்கும் உதடுகள். யாரையும் கவர்ந்திழுக்கும் குறுகுறுப்பு.

"உங்க பேர் என்னங்க?" ஒருமுறை ஊசி போட்டுக் கொள்ளும் போது கேட்டே விட்டேன். வேறு வழியே இல்லை. கேட்கவில்லை என்றால் வெறுமனே ஊசி போட்டே உடலில் நோய் வந்து விட்டிருக்கும்.

"சி...வா..."

இரண்டெழுத்தை நீட்டி நக்கலாகச் சொல்லி, அவளும் என்னுடன் பேச ஆவலாக இருந்ததை சிருங்காரத்தில் வெளிப்படுத்தினாள்.

"உங்க அப்பா பேர கேட்கலிங்க..."

"என் அப்பா பேர சொல்லலிங்க... என் பேரைத்தான் சொன்னேனுங்க..."

என்ன பாவனையில் நான் பேசினேனோ அதே பாவனையில் பதில் சொல்லி என்னை வெறுப்பேற்றினாள்.

"ஏன் உங்களுக்கு ஆம்புள புள்ள பேரு வச்சாங்க..." விடாமல் சீண்டினேன்.

முறைத்துப் பார்த்தாள்.

இன்னும் கடுப்பேற்றி சீண்டனும் போல தோன்றியது.

“நீங்க ஆணா பிறந்து பெண்ணா மாறிட்டீங்களா...”

“அடேய்... ஏதாவது ஏடாகூடாம சொல்லிடப் போறேன்... என் பேரு சிவகாமி. சுருக்கமா எல்லோருமே சிவான்னு கூப்பிடுவாங்க... போதுமா...”

‘அடேய்...’ எவ்வளவு உரிமை எடுத்துக் கொண்டாள் என்னிடம்... எவ்வளவு கோபப்படுத்தினாலும் பதில் சொல்லிவிட்டுச் செல்லும் தன்மையிலேயே அவளது இதயத்தில் இடம் பிடித்துவிட்ட பூரிப்பை என் உள்ளம் உணர்ந்தது.

சிவாவுடனான அன்பில் மூழ்கிப் போய் காதல் வளர்த்த தருணங்கள் நினைவுக்கு வரும் போதெல்லாம் நெஞ்சம் விம்முகின்றது.

வெள்ளை உடை தரித்த நர்ஸ்களெல்லாம் என் பார்வைக்கு சிவாவாகவே தெரிந்தனர்.

“மதி சார்... டாக்டர் இன்னும் பத்து நிமிஷத்துல வந்திடுவாராம். நீங்க வந்திருக்கிறதா அவர்ட்ட சொல்லிட்டேன்.” மீண்டும் ரிசப்சனிஸ்ட் என்னிடம் பேச முயன்றாள். நான் சிவாவின் நினைப்பிலேயே இருந்தேன்.

அவள் நினைப்புத்தான் இப்போது எனக்கு பெரும் நோயாக மாறியிருந்தது.

சிவா வேலை செய்த மருத்துவமனையில் பணியாற்றியவர்தான் எழிலன். இப்போது தனியாக கிளினிக் ஆரம்பித்து விட்டார்.

இரண்டு ஆண்டுகள் நேசித்தோம். விரைவில் திருமணம் செய்து கொள்ளவும் திட்டமிட்டிருந்தோம். உடல் ஈர்ப்போ, பாலியல் கவர்ச்சியோ இல்லாமல் இருவரும் அன்பைப் பறிமாறி வந்தோம். காதல் உறவில் அறிவுக்கு முதலிடம் கொடுத்து, யதார்த்தமாய் மோகம் வளர்த்த இணை நாங்களாகத்தான் இருக்க முடியும்.

இதுதான் தவறோ என இப்போது எண்ணத் தோன்றுகிறது. காவிய காதலைப் போல, நானும் சிவாவும் காதலில்

மோகித்திருந்தால் என்னை விட்டுப் பிரிய அவளுக்கு மனமிருந்திருக்காது.

சின்ன கருத்து வேறுபாடு எழுந்த போது, நாம் பிரிந்து விடுவோம் என ஒரு நாள் திடீரென காதலை முறித்துக் கொண்டாள்.

திருமண வாழ்வில் எவ்வளவு தூரம் இணையாகச் செல்ல முடியும் என்ற ஐயம் அவளுக்கு ஏற்பட்டிருக்கும் போல... அற்ப காரணத்துக்காக காதலனை கழற்றி விட அறிவு சொல்லிக் கொடுக்கும் போல!

நான் சிவாவை நேசித்தது டாக்டருக்கு தெரியும் என்பது எனக்கு தெரியாது.

மருத்துவமனை பரபரப்படைந்ததை வைத்து அவர் வந்து விட்டார் என்பதை உணர்ந்தேன்.

கை குலுக்கியவர், "எங்க கேமரா மேனக் காணோம். உடம்புக்கு எதுவும் பிரச்சினையா மதி...?" கேட்டுக் கொண்டே நடந்து உள்ளே சென்றார்.

"உடம்புக்கு ஒண்ணும் இல்ல சார்..."

"ஓகே. கொஞ்சம் வெயிட் பண்ணுங்க. பேசண்ட்ட பாத்திடுறேன்..."

"நீங்க போங்க சார்"

நான் ஏதோ சொல்ல வருவதை தெரிந்து கொண்ட டாக்டர் எழிலன், நான் ஏதோ சிக்கலில் இருப்பதாக புரிந்து கொண்டதை தன் முக பாவனையில் வெளிப்படுத்திச் சென்றார்.

மீண்டும் இருக்கையில் அமர்ந்தேன். அந்த கிளினிக்கின் இயக்கம் ஒவ்வொன்றும் சிவாவை காட்சிப்படுத்திக் கொண்டே இருந்தது.

இதுதான் என்னுடைய நோய்.

“மதி சார், டாக்டர் உள்ள வரச் சொன்னாங்க” ரிசப்சனிஸ்ட் கொஞ்சினாள்.

அவர் அறைக்குள் ஹாஸ்பிடல் வாடை இல்லை. யார்ட்லி பெர்ஃப்யூம் வாசனை வியாபித்திருந்தது. அந்த வாசனை திரவியத்தையும்கூட நான்தான் டாக்டருக்கு பரிந்துரைத்திருந்தேன். அந்த வாசனை சிவாவுக்கு பிடிக்கும். அவள்தான் அதை வாங்கிக் கொடுத்து, எனக்கு பழக்கினாள். அப்போது என்னிடம் பெர்ஃபியூம் பெயரைக் கேட்டு பயன்படுத்தத் தொடங்கினார் டாக்டர். சிவா என்னை விட்டு விலகியதிலிருந்து, பெர்ஃபியூம் என ஒன்றிருப்பதையே அறியாதவன் போல நான் ஆகிவிட்டேன்.

அந்த அறையில் கிராமங்களில் பயன்படுத்தும் கொட்டான் இருந்தது. உணவுப் பொருள் வீட்டிலிருந்து எடுத்து வந்திருப்பார் போல... பழமையான பொருட்களுக்கு இணையாக நவீன கண்டுபிடிப்புகளும் அந்த அறையில் இருந்தன. மேஜையில் அலெக்ஸா இருந்தாள். அவரை கன்சர்வேடிவ் என்றும் சொல்ல முடியவில்லை. முற்போக்காளர் பட்டியலிலும் சேர்க்க முடியவில்லை. என் குழப்பமான சிந்தனையை மேலும் சிக்கலாக்குவது போல என்னையே பார்த்து முறைத்துக் கொண்டிருந்தார் ஆயில் பெயிண்ட்டில் முக்கி தோய்க்கப்பட்டு சுவரில் தொங்கிய போட்டோவில் இருந்த ஃப்ரான்ஸ் ஃபனான். ஆஃப்ரிக்க உளவியல் மருத்துவர், 1925-1961 என அந்த போட்டோவில் குறிப்பிடப்பட்டிருந்தது. இன்னும் ஐந்து ஆண்டுகளில் இந்த உளவியல் மருத்துவருக்கு நூற்றாண்டு நினைவு தினம் கொண்டாடுவார்கள் என மனதில் கணக்குப் போட்டுக் கொண்டேன்.

டேபிளில் கறுப்பினத் தலைவர் மால்கம் X பற்றிய புத்தகம் படித்த நிலையில் அட்டைப் படம் மேலாக தெரியும் வகையில் குப்புற வைக்கப்பட்டிருந்தது. தலைப்பையும் பின் அட்டை குறிப்புகளையும் படித்தேன். பின் அட்டையில் கியூப புரட்சியாளர் ஃபிடல் காஸ்ட்ரோவுடன் மால்கம் X அளவளாவிக் கொள்ளும் காட்சிகள் கொலாஜ் செய்யப்பட்டிருந்தது.

சுவற்றில் தொங்கியவர் ஆஃப்ரிக்க கறுப்பினத் தலைவர் என்றால், மேஜையில் இருந்தது அமெரிக்க கறுப்பினத் தலைவர்.

திறந்த நிலையில் ஒரு டைரி தன் பக்கங்களுக்குள் மூடியிருந்த ரகசியங்களை நிர்வாணமாக்கியது.

அப்பர்
சுந்தரர்
சம்பந்தர்

கடவுளைக்
காதலித்த
மூவர்

காதலைக்
காதலித்தது
யாவர்?

என் ஐயம்
தீர்த்தவர்
நீவிர்

திருவாசகம்
படைக்க
உருகினார்
மாணிக்கவாசகனார்

நான்
வாசகம்
திறக்க
மறுகினார்
எழிலனார்

வாட்ஸ் அப்பில்
யாழினி

என எழுதப்பட்டிருந்தது. அதற்கு கீழே தேதி, மாதம், ஆண்டு குறிக்கப்பட்டு மையால் அழிக்கப்பட்டிருந்தது.

டைரியின் வரிகள் சிவாவின் வாட்ஸ் அப் கொஞ்சல்களை எனக்கு நினைவுபடுத்தின.

“என்ன விஷயம் மதி சார்... இந்தப் பக்கம்... இப்பத்தான் என்னைய பார்க்கனும்னு உங்களுக்கு தோனிச்சா...” கண்ணாடியை கழட்டி டேபிளில் வைத்து விட்டு, தாடியை தடவி விட்டுக் கொண்டு, நான் தாடி வளர்க்க தொடங்கியிருந்தைப் பார்த்து நக்கல் செய்யும் தோரணையில் கேட்டார் டாக்டர் எழிலன்.

இருக்கையில் அமர்ந்தவரை நான் முறைத்தேன். அந்த முறைப்பின் அர்த்தம் புரிந்து கண்ணாடியை எடுத்து அணிந்து கொண்டார்.

“உங்களுக்கு நல்ல நியூராலஜிஸ்ட் யாராவது தெரியுமா சார்...?”

“யாருக்கு...? என்ன பிரச்சினை...”

“எனக்குத்தான்... லைஃப்ல சில காலங்கள், நம்ம மூளையிலேயே இருக்காத மாதிரி நீக்கிடனும்... அதுக்கு ட்ரீட்மெண்ட் இருக்கா...? குறிப்பிட்ட வருஷத்துல நடந்ததெல்லாம் மூளையிலிருந்து அழிக்கிற மாதிரி ஆபரேஷன் ஏதாவது இருக்கா டாக்டர்...?”

காய்ச்சல், ஜலதோஷம் வந்து அவதிப்படும் சிறுவன் டாக்டரிடம் சரணடைவது போல கொட்டினேன்.

“என்ன ஆச்சு மதி... என்ன சொல்றீங்க...”

மெத்த அக்கறையுடன் அவர் கேட்டதும் இதுவரை அடக்கி வைத்திருந்த மொத்த அழுகையும் உடைத்துக் கொண்டு வந்தது. முகத்தை மூடிக் கொண்டு அழுதேன்.

இருக்கையில் இருந்து எழுந்து வந்து என் தோள்களை அழுத்தினார். நான் பத்திரிகையாளன். எவ்வளவோ கடினமான சூழல்களை எதிர்கொண்டிருப்பேன். நான் இப்படி இடிந்து போவதை டாக்டர் எழிலன் எதிர்பார்த்திருக்க மாட்டார்.

அருகில் இருக்கையை இழுத்துப் போட்டு என் எதிரில் நெருக்கமாக அமர்ந்தார். நான் கேவலை நிறுத்தும் வரை அமைதியாக இருந்தார். கண்களை துடைத்துக் கொண்டேன்.

“உங்களுக்கு தெரியும்னு நினைக்கிறேன், சிவாவ நான் லவ் பண்ணினது...”

“ம்...”

மௌனமாக இருந்தேன். அவரும் எதுவும் பேசவில்லை. நான் ஆசுவாசம் அடைய அவகாசம் தந்தார்.

“ஆமா, நான் ஏற்கனவே ஒர்க் பண்ணின கிளினிக்ல ஒர்க் பண்ணின பொண்ணு தானே...”

“ஆமா...”

“என்னைய விட்டுப் போயிட்டாங்க... மேரேஜ் வரைக்கும் வந்திட்டோம். திடீர்னு வேணாம்னு சொல்லிட்டாங்க... நாலு மாசம் ஆச்சு... எந்த காண்டாக்ட்டும் இப்ப கிடையாது...?”

‘ஏன்’ என எல்லோரையும் போல இவரும் கேட்பார் என எதிர்பார்த்தேன். ஆனால் கேட்கவில்லை.

அவருடைய இரு கண்களிலும் இடம் மாறிய கருவிழி இரண்டும், ‘இது காதலில் சாதாரணம்தான்’ என்பது போல குறிப்பால் எனக்கு உணர்த்தியது.

மீண்டும் கொஞ்ச நேரம் அமைதியாக இருந்தேன்.

“சின்ன மிஸ் அண்டர்ஸ்டாண்டிங் தான்... பாதுகாப்பு உணர்வில், அவள் தொடர்பான அனைத்து விஷயங்களிலும் நான் அக்கறை எடுத்துக் கொண்டதை, அவளை நான் கட்டுப்படுத்துவதாக புரிந்து கொண்டாள். நான் அவளை அடிமைப்படுத்துவதாக நினைத்து, கல்யாணத்துக்குப் பின்னாடி, இந்த மாதிரி இருந்தா எனக்கு சரியா வராது, இப்பவே நாம எந்த சங்கடமும் இல்லாம பிரிஞ்சிடலாம்னு ஒரு நாள் சடார்னு சொல்லிட்டா...”

நான் நிறுத்தி, கர்சீஃப்பை எடுத்து மூக்கை சிந்தினேன். அவர் எதுவும் பேசாமல், கைகளை மார்பில் கட்டிக் கொண்டு அமைதியாக பார்த்தார்.

“இந்த நாலு மாசமும் எனக்கு நரகம்தான். எந்தப் பக்கம் திரும்பினாலும் அவங்கதான் நிக்கிறாங்க... ரெண்டு வருஷம் அவங்கள லவ் பண்ணின நேரத்துல, அவங்களோட வந்து போன இடம், பழகிய தருணம், பேசிய பேச்சுக்கள்... ஒரு பெர்ஃப்பியூம் ஸ்மெல்கூட என்னை நிலைகுலைய வைக்குது...

இங்க ஆஸ்பத்திரிக்கு வர்ர வழியிலகூட சிக்னல்ல, இந்த மாதிரி தொந்தரவால ஆக்ஸிடெண்ட் ஆக பார்த்திச்சி... இப்படி எல்லாமே, அந்த நினைவுகள் எல்லாமே இப்ப பயங்கரமா என்னை தொந்தரவு பண்ணுது... என்ன செய்றதுன்னு எனக்கு தெரியல..."

"அவங்க நினைவே வராத மாதிரி, அவங்களோட எல்லா தொடர்பையும் கட் பண்ணிட்டீங்கல்ல..." பேச ஆரம்பித்தார் டாக்டர்.

"பேஸ்புக், வாட்ஸ் அப், போன் காண்டாக்ட் எல்லாத்தையும் பிளாக் பண்ணிட்டேன். இதெல்லாம் அவங்களோட நெருக்கமா இருக்க உதவிச்சு... அதனால், இதையெல்லாம் கட் பண்ணிட்டேன். ஆனா, அவங்களோட இருந்த மொமண்ட்ஸ்... எப்படியாவது, யாராவது நினைவுபடுத்திடறாங்களே... என்ன செய்றது?

"இங்க கூட அவங்க உங்க சீட்டுக்குப் பக்கத்துல நிக்கிற மாதிரியேதான் இருக்கு... பழைய கிளினிக்ல அவங்க, உங்க பக்கத்துல நின்னு என்னைய சைட் அடிப்பாங்க தொடக்கத்துல...

"அவ்வளவு ஏன்? நீங்க போட்டிருக்கிற பெர்ஃபியூம் வாசன கூட, அவங்கள எனக்கு நினைவுபடுத்துது... இந்த ஃபிளேவர் அவங்களுக்கு ரொம்ப பிடிக்கும்..."

"ஓ... அதத்தான் எனக்கு ரெகமண்ட் பண்ணினீங்களா..." டாக்டர் சிரித்து விட்டார்.

புன்னகை என் உதட்டில் தோன்றினாலும், அடுத்த நொடியே மாறினேன்.

"அவங்களோட பைக்ல போன ரோட்டுல போகும் போது அவங்க பேசின பேச்சு நினைவுக்கு வந்து தொலைக்கும், ஒழுங்கா வண்டி ஓட்ட முடியாது. சினிமா தியேட்டருக்கு போறதயே நிறுத்திட்டேன். அங்க போனாலும் அவங்களோட நினைப்புதான்... ரெண்டு வருஷமும் அவங்கதான் என்னை இயக்கினாங்க... காலையில போன் போட்டு எழுப்பி விடறதுல்ல இருந்து, நான் என்ன செஞ்சிக்கிட்டிருந்தாலும் அவங்களுக்கு தகவல் சொல்லணும்... திடீர்னு இதெல்லாம்

இல்லன்னு ஆனவுடனே, உலகம் ரிவர்ஸ்ல சுத்த ஆரம்பிச்ச மாதிரி பயங்கர குழப்பம் எனக்கு... இப்படி எங்க போனாலும் என்னை துரத்தும் அவங்க ஞாபத்திலேயிருந்து முழுசா நான் வெளிய வரணும்... ரெண்டு வருஷத்துக்கு முன்னாடி, அவங்கள பார்க்குறதுக்கு முன்னாடி நான் எப்படி இருந்தேனோ, அந்த மதியா நான் மாறணும் டாக்டர்...''

"மதி சார், காதல்ங்கிறது கிரேவ்யார்ட் மாதிரி... விக்டர் ஹியூகோ தன்னோட நாவல் ஒண்ணுல சொல்லியிருப்பார். அவர் வேற அர்த்தத்துல பயன்படுத்தினது காதலுக்கு சரியாப் பொருந்தும்னு நான் நினைக்கிறேன்... *The door of the tomb opens not from within.* சவக் குழிக்குள்ள போன பின்னாடி, உள்ளே இருந்து திறக்க முடியுமா?'' நீண்ட பெருமூச்சு விட்டு மீண்டும் தொடர்ந்தார். "இதுக்கு எதுக்கு தனியா ஒரு டாக்டர நீங்க பார்க்கணும்...''

"அப்ப...''

"நான் சைக்கோபதாலஜிஸ்ட்தான் மதி... அதுமட்டுமில்ல... நான் நியூராலஜியும் முடிச்சிருக்கேன். இன்ஃபாக்ட் இங்க கிளினிக் தொடங்கின பின்னாடி, எம்ஏ சைக்காலஜியும் முடிச்சிருக்கேன்...''

எதுக்கோ பீடிகை போட்டுக் கொண்டு போனார், நான் அமைதியாக தலையை ஆட்டினேன்.

"ஆனா, நீங்க சொல்ற மாதிரி இப்போதைக்கு மருத்துவ உலகில எந்தக் கண்டுபிடிப்பும் இல்ல... மூளையில் பதிவாகியிருக்கும் நினைவுகளில் ஒரு குறிப்பிட்ட பகுதிகளை டெலிட் பண்றதுக்கான ஆராய்ச்சி, பல்வேறு நாடுகள்ல போய்க்கிட்டிருக்கு... நானும்தான்...''

என்னுடைய பிரச்சினைகளை மறந்து, ஒரு செய்தியாளன் மனநிலைக்கு தாவினேன். இப்படி நான் தாவும் போதுகூட சிவா என் நினைவில் வந்து விடுவாள். அவளோடு சிரித்து பேசி மகிழ்ச்சியாக இருக்கும் போது,

“இந்தச் சூழ்நிலைய நீங்க எப்படி ஃபீல் பண்றீங்க சிவா மேடம்...” ஒரு செய்தியாளர் மாதிரி, என் கையை மைக் போல அவள் வாயருகே நீட்டும் போது, பயங்கரமாக கோபமடைவாள்.

“டாக்டர், நீங்களும் ரிசர்ச் பண்ணிக்கிட்டிருக்கீங்களா? சொல்லவே இல்ல... டீட்டெய்லா, அதே சமயம் எனக்கு புரியிற மாதிரி சொல்லுங்க டாக்டர்...”

“என்னுடைய ரிஸர்ச்சுக்கு பேரு, ‘புராஜக்ட் யாழினி’. ஒவ்வொரு டீமும் வேற வேற பேரு வச்சி ஆய்வு பண்ணிக்கிட்டு வர்ரோம்...”

“என்ன பேரு...?”

“புராஜக்ட் யாழினி...”

“அதென்ன யாழினி?”

உதிக்க மறந்த சூரியன், வெளிச்சம் தராத வெயில், சூன்யப் புள்ளியில் உன்னை குவித்த சூத்திரதாரி, பலன் தர மறுத்து பயம் கவ்வச் செய்த பாரிஜாதம் — இதுக்கெல்லாம் நீ பெயர் வைத்து அழைக்கும் போது, ‘சிவா’ என நாவில் சுவை சொட்ட உச்சரிக்கும் போது, எனக்கு அப்படி ஒரு பெயர் இருக்கக் கூடாதா? — டாக்டர் தாடியை தடவி விட்டுக் கொண்டு, உன் வலிதான் என்னுடைய வலியும் என்பதைப் போன்ற பார்வையால் தாடையை மேலும் கீழும் அசைத்தார்.

டாக்டரின் கண்களின் கருவிழிகளை கூர்ந்து பார்த்தேன். காதல் கசிந்து கீழ் இமையை ஈரமாக்கியது. யாழினி யார் என்பதை சொல்லாமல் சொல்லியது அந்தக் கண்ணீர்த் துளி.

தன்னுடைய ஐபேடை எடுத்து திறந்தார். அதில் இருந்த மூளை வரைபடத்தை பெரிதாக்கினார்.

“இதுக்குப் பெயர் டெம்போரல் லோப்.” அடையாளமில்லாத மனித உருவின் தலைப்பகுதியைக் காட்டி விளக்கினார்.

தன்னுடைய நெற்றியில் விரல்களை வைத்து, “நாம் பார்க்கக்கூடிய இந்த நெத்திக்குப் பின்னாடிதான் இந்த டெம்போரல் லோப் அதாவது ‘நெற்றிப்பொட்டு மடல்’ இருக்கிறது. இது வலது,

இடது என இரண்டு பிரிவாக செயல்படுகிறது. வலது பக்க மடல் நம்முடைய இடது பக்க செயல்பாட்டையும் இடது பக்க மடலானது வலது பக்க செயல்பாட்டையும் கட்டுப்படுத்துகிறது.”

இடவல மாற்ற சமாச்சாரம் பற்றி பள்ளிக்கூடத்தில் படித்தது என் நினைவுக்கு வந்தது.

ஐபாடில் உள்ள படத்தை டாக்டர் பெரிதாக்கினார்.

“டெம்போரல் லோப்பின் மையப் பகுதியில் உள்ள அமைப்புக்குப் பெயர்தான் ஹிப்போகாம்பஸ். இதுதான் நினைவாற்றலின் நுழைவாயில். குறுகிய கால நினைவுகள் இந்த ஹிப்போகாம்பஸ் பகுதியில்தான் பதிவாகிறது. இதுக்குப் பெயர் கார்ட்டெக்ஸ். இந்தப் பகுதியில்தான் மூளையின் பெர்மனன்ட் மெமரி இருக்கிறது. ஹிப்போகாம்பஸ் டெம்ப்ரரி மெமரி. ஒரு குறிப்பிட்ட காலம் வரை ஹிப்போகாம்பஸ் பகுதியில் நினைவுகள் தற்காலிகமாக இருந்துவிட்டு, கொஞ்ச நாளைக்குப் பிறகு பெர்மனன்ட் மெமரி பகுதியில் சேகரமாகி விடுகிறது...” மூளையைப் பற்றி வரைபடத்தை பெரிதாக்கி பெரிதாக்கி சுவாரஸ்யங்களைச் சொல்லிக் கொண்டே வந்தார் டாக்டர் எழிலன்.

“அப்ப அந்த பெர்மனன்ட் பகுதிய வெட்டி எடுத்திட்டா என் பிரச்சினை தீர்ந்திடும்ல...” மனதுக்குள் நினைப்பதாக எண்ணிக் கொண்டு வெள்ளந்தியாக கேட்டு வைத்தேன்.

“மொத்தமா தீர்ந்திடும்... பரவாயில்லையா...?” என் முட்டாள்தனத்தை நகைச்சுவையாக மாற்றினார் டாக்டர்.

“மொத்தமா எடுத்திட்டா நிரந்தரமாக சேமிக்க மூளையில் ஒரு பகுதி வேண்டாமா? டெம்ப்ரரி மெமரி நிரம்பி வழிந்து புது பிரச்சினை உருவாகிடாதா?”

கேட்டுவிட்டு என்னைப் பார்த்தார். பென்சில் திருடி மாட்டிக் கொண்ட மாணவன் போல விழித்தேன்.

“இந்த இடத்தில்தான் புதிய ஆராய்ச்சியின் அவசியம் ஏற்பட்டிருக்கிறது...” சொல்லிவிட்டு ஐபாடை மூடினார்.

பெர்மனன்ட் மெமரியான கார்ட்டெக்ஸ் பகுதியில் எந்தக் காலத்து நினைவுகள் பதிவாகின்றன, ஹிப்போ காம்பஸ் பகுதியிலிருந்து வரும் நினைவுகள் வந்து சேரச் சேர, கடைசியாக வந்த நினைவுகள் எங்கு வந்து அமர்கிறது என்பதைப் பற்றிய ஆராய்ச்சிதான் தற்போது நடந்து வருவதாக விளக்கினார்.

"இந்த ஆய்வில் ஒருமித்த கருத்துக்கு ஆராய்ச்சியாளர்கள் வந்துவிட்டனர், அதாவது கடைசியாக வந்து சேரும் நினைவுகள் எங்கு சேகரமாகிறது என்பதை துல்லியமாகச் சொல்லிடலாம். இந்த ஆய்வு முடிவுகள் உங்கள் பிரச்சினைக்கு தீர்வு அளிக்கலாம்..."

"அப்ப, எனக்கு எப்பவோ உள்ள, எந்தக் காலத்திலோ நிகழ்ந்ததை அழிக்கத் தேவையில்லை. கடைசி இரண்டு வருடங்கள்தான்... கடைசியாக சேர்ந்த நினைவுகளை அழித்து விட்டால் என் பிரச்சினை தீர்ந்துவிடும்..."

"ஆமாம்... கார்ட்டெக்ஸ் பகுதியோடு, டெம்ப்ரரி மெமரியான ஹிப்போகாம்பஸ் பகுதி இணையும் இடத்தில்தான் புதிய நினைவுகள் சேகரமாகின்றன."

"அந்த இடத்தில் உள்ள நினைவுகளை மட்டும் எரேஸ் பண்ண முடியுமா டாக்டர்?" அப்பாவியாக கேட்டேன்.

"மிஸ்டர் இது என்ன கட்டியா? தனியா வெட்டி எடுக்க... மூளை... அப்டில்லாம் எதுவும் செய்ய முடியாது. அந்தக் குறிப்பிட்ட இடத்தில் மிக மிக கவனமாக மின் அதிர்ச்சி கொடுப்பதன் மூலமா நினைவுகள் அழிந்துவிடும். புதிய செல்கள் அந்த இடத்தில் உற்பத்தியாகும் போது, புதிய நினைவுகள் மீண்டும் அங்கு பதிவாகும். உங்க பிரச்சினைக்கும் தீர்வு கிடைச்சிடும்..." சிரித்துக் கொண்டே என் கன்னங்களைத் தட்டிக் கொடுத்தார்.

"சூப்பர் சார்... அப்ப, எப்ப ஆபரேசன் வச்சிக்கலாம்..."

"ஏங்க... இருங்க... இன்னும் முழுமையாக இந்த ஆய்வு முடியல... சோதனை முயற்சியில்தான் இருக்கு. மனிதர்களில் யாருக்கும் இதுவரை சோதனை செய்து பார்க்கவில்லை. பொனபோவோட மூளையில் மின் அதிர்ச்சி கொடுத்து

பார்த்ததில, அது தன்னோட கேர்ள் ஃபிரண்டோட சுத்துறத நிறுத்திடுச்சி. இருந்தாலும் நினைவுகள் பெர்மணன்ட் மெமரியான கார்ட்டெக்ஸ் பகுதிக்கு கடத்தப்பட்டிருக்குமா இல்லையா என்பதை துல்லியமாக சொல்ல முடியவில்லை. நாள், மணிக்கணக்கெல்லாம் மூளைக்கு இருக்கா என்ன?"

"மனிதனுக்கு சோதனை செய்யலன்னு சொன்னீங்க, யாரு பொனபோ?"

"அது மனிதர் இல்ல. மனிதக் குரங்கு. பொனபோ வகை மனிதக் குரங்கு, மனிதர்களைப் போலவே ஏறக்குறைய மூளை அமைப்பைக் கொண்ட விலங்கு"

ஐபாடில் அந்தக் குரங்கை காட்டினார். அப்படியே அச்சு அசலாக மனிதர் போலவே இருந்தது. பத்தாம் வகுப்பு தமிழ் வாத்தியாரின் மூக்கை அப்படியே பிரதி எடுத்தது போல இருந்தது பொனபோவின் மூக்கு.

"மனிதர்களுக்கு சோதனை செய்து பார்த்துவிட வேண்டியது தானே..." ஒரு முன்முடிவோடு கேள்வியை முன்வைத்தேன்.

"யார் முன்வருவா? ஏதாவது சிக்கலாகி... அப்டில்லாம் ஆகாது. ஒருவேளை சிக்கலாகி மூளை குழம்பிப் போயிட்டா?" டாக்டர் அதிர்ச்சியை வெளிப்படுத்தினார்.

"அப்படி ஆகிடும்னு நீங்க நினைக்கிறீங்களா டாக்டர்?"

"இல்ல... பெர்ஃபெக்ட்டா முடிச்சிடலாம். ஆனா, யாரிடம் சோதனையை மேற்கொள்வது?"

நானிருக்கிறேன் என சொல்லிக் கொண்டே என் தலையை நீட்டினேன். நான் விளையாடுவதாக டாக்டர் கருதினார். சீரியஸாகவே சோதனை மனிதனாக மாற நான் தயார் என உறுதி கொடுத்தேன். அவர் ஒப்புக் கொள்ளவில்லை. ஒரு வழியாக அவரைச் சம்மதிக்க வைத்தேன். நாளையும் குறித்தோம்.

ஒரு வார இடைவெளியில், ஆபரேசனுக்கான தயாரிப்புகளை செய்ததோடு வெளிநாட்டிலிருந்து சிறப்பு மருத்துவரையும் அவர் வரவழைத்திருந்தார். இது வெறுமனே ஓர் அறுவை

சிகிச்சை மட்டுமல்ல, ஓர் ஆராய்ச்சியின் முடிவும்கூட. அதுவும் முக்கியமான ஆராய்ச்சியின் முடிவு என்பதால் கூடுதல் அக்கறை எடுத்துக் கொள்ளப்பட்டது.

சரியாக காலை 10 மணி. வெள்ளிக்கிழமை. என்னுடைய உடல் தகுதி பற்றி முழுமையான சோதனை போடப்பட்டது. வெளிநாட்டு மருத்துவ நிபுணர்கள் குழு என் உடலை முழுமையாக பரிசோதனை செய்தார்கள். குறிப்புகள் எடுத்துக் கொண்டார்கள். ஒரு மணி நேர ஆய்வுக்குப் பின்பு, ஆபரேசன் தியேட்டருக்குள் நான் கொண்டு செல்லப்பட்டேன்.

பிற்பகல் 2 மணி வாக்கில் எனக்கு நினைவு திரும்பியது. ஆல்ரைட்... எந்தச் சிக்கலும் இல்லாமல் நான் பேசினேன். மொத்த டாக்டர்கள் குழுவும் மகிழ்ச்சியில் திளைத்தது. மருத்துவ உலகில் ஒரு மைல்கல்லை எட்டிய உற்சாகத்தில் அவர்கள் துள்ளிக் குதித்தனர். 21 ஆம் நூற்றாண்டின் கண்டுபிடிப்புகளில் இந்த அறுவை சிகிச்சை முக்கியமான கண்டுபிடிப்பு என்றும் மருத்துவ வரலாற்றில் இந்தக் கண்டுபிடிப்பு இடம்பெறுவதோடு, அதில் உங்களுடைய பெயரும் இடம்பெறும் என்றும் டாக்டர்கள் என்னை வெகுவாகப் பாராட்டினர். இரண்டு நாள் அப்சர்வேசனுக்குப் பின்பு நான் வீடு திரும்பினேன்.

ஐந்து ஆண்டுகளுக்குப் பின்பு... மருத்துவ சந்தேகம் ஒன்றிற்காக பேட்டி எடுக்க டாக்டர் எழிலனைப் பார்க்க அவருடைய மருத்துவமனைக்கு வந்தேன். அங்கிருந்த பணியாளர்கள் புதிதாக இருந்தார்கள். குறிப்பாக கொஞ்சிப் கொஞ்சிப் பேசும் அந்த ரிசப்சனிஸ்ட் இல்லை.

இறுதியாக இங்கிருந்து ஆபரேசன் செய்து விட்டுப் போன நினைவுகள் என் மனக்கண் முன் வந்தன. அந்த அறுவை சிகிச்சைக்குப் பின்பு சர்வதேச அளவில் என் பெயர் உச்சரிக்கப்பட்டது. வெளிநாட்டு ஊடகங்களெல்லாம்கூட என்னை பேட்டி எடுத்து ஒளிபரப்பினார்கள். மூளையில் இருந்து குறிப்பிட்ட கால நினைவுகளை அகற்றிய விந்தை மனிதன் என்று பத்திரிகைகள் வியந்து எழுதின. வேற்று கிரகவாசியைப் போலவும் புதிய வகை மனிதன் என்றும்கூட என்னை விளித்தார்கள்.

இந்தப் பாராட்டுரைகள் ஒரு பக்கம் இருந்தாலும் அந்த அறுவை சிகிச்சைக்குப் பின்பு, சிவாவின் நினைவுகள் என்னை தொந்தரவு செய்யவில்லை. அவளை காதலித்த நாட்களை நான் முற்றிலுமாக மறந்தே போனேன்.

○ ○ ○

காத்திருந்தேன். அந்த அறையில் எந்த மாற்றமும் இல்லை. அப்படியே இருந்தது. மேஜையில் டைரி இல்லை. ‘ஒரு புத்தகக் கடைக்காரரின் கதை’ என்ற புத்தகம் இருந்தது. அதன் பின் அட்டையில் பிரபல குத்துச்சண்டை வீரர் முஹம்மது அலீ, ஒரு புத்தகக் கடையில் நின்று கொண்டிருந்தார்.

டாக்டரும் வந்தார். நிறைய வெள்ளை முடி. தாடியும் வெளுத்திருந்தது.

“மதி... எவ்ளோ நாளாச்சி... உங்களைப் பார்த்து... எப்டி இருக்கீங்க... பாராட்டு நிகழ்ச்சிகளில் பார்த்ததுக்குப் பிறகு உங்களைப் பார்க்கவே முடியல...”

“ஆமாம் டாக்டர்... பிரேக்கிங்... பிரேக்கிங்னு நான் ஓடிக்கிட்டே இருக்கேன்... இப்ப உங்களோட ஒரு பேட்டி வேணும்...”

“மறக்காம நினைவு வச்சிருக்கீங்களே... அதுவரைக்கும் சந்தோசம்தான்...” ‘மறக்காம’ ‘நினைவு’ என்ற வார்த்தைகள் மூலம், மூளை ஆபரேஷன் செய்து கொண்ட பின்பும்கூட நான், ‘நார்மல் பெர்சன்’ ஆகத்தான் இருக்கிறேன் என்பதை உணர்த்தினார்.

“திருமணம் முடிச்சிட்டீங்களா?” தயங்கித் தயங்கி கேட்டார்.

“ஓ... முடிஞ்சிருச்சி... சிவாவையே கல்யாணம் பண்ணிக்கிட்டேன்...”

“என்னங்க சொல்றீங்க... சிவாவை மறக்கனும்னுதானே ஆபரேசன் பண்ணினீங்க... ஆங்... அவருக்கும் வேறொருத்தருக்கும்கூட கல்யாணம் நடந்திடுச்சின்னு கேள்விப்பட்டேனே... அவங்க ஹஸ்பண்ட டிவோர்ஸ் பண்ணிட்டு உங்களை மேரேஜ்

பண்ணிக்கிட்டாங்களா...” ஆச்சரியம் தாங்காமல் அடுத்தடுத்து கேள்விகளை அடுக்கினார்.

“எங்களுக்கு ரெண்டு குழந்தைங்ககூட இருக்காங்க சார்... ரெண்டும் ஆண் குழந்தைகள்... ஒருத்தன் பேரு மால்கம், இன்னொருத்தன் பேரு ஃபனான்...”

குழந்தைகளுக்கு சூட்டப்பப்பட்ட பெயர்களைச் சொல்லும் போது, அவரை கிண்டல் செய்வதாக கருதி புருவங்களைச் சுருக்கி விரித்தார் டாக்டர்.

“டாக்டர்... விழித்திருக்கும் போது வரும் நினைவுகளை அழிக்கத்தான் நீங்க ஆபரேசன் பண்ணினீங்க... கனவுல சிவா வருவதை அந்த ஆபரேசனால் தடுக்க முடியலையே... கனவுலயே அவளை கல்யாணம் பண்ணி குடும்பம் நடத்திக்கிட்டு இருக்கேன்.”

தலையில் மாட்டியிருந்த கூலிங் கிளாஸ்ஸை கண்களில் இறக்கி விட்டு, தலையை அசைத்தார். அவர் ஏன் இன்னும் திருமணம் செய்யவில்லை என்பதை உணர்த்தியது அந்த அசைப்பு.

வாசகசாலை இணையதளம், 10.09.2022

Printed in the USA
CPSIA information can be obtained
at www.ICGtesting.com
LVHW040013060724
784741LV00006B/1194

9 788196 068721